சோழர் காலச் செப்புப் படிமங்கள்

சோழர் காலச் செப்புப் படிமங்கள்
ஐ. ஜோப் தாமஸ் (பி. 1939)

திருநெல்வேலி மாவட்டம் நாசரேத்தில் பிறந்த ஐசக் ஜோப் தாமஸ், பாளையங்கோட்டை செயிண்ட் ஜான்ஸ் கல்லூரியிலும் சென்னை கிறிஸ்தவக் கல்லூரியிலும் பயின்றார். சென்னை அருங்காட்சியகத்தில் பணியாற்றிய போது இந்தியக் கலை வரலாறு இவரை ஈர்க்க ஆரம்பித்தது. 1972இல் ஃபுல் பிரைட் நல்கை பெற்று அமெரிக்கா சென்றார். மிச்சிகன் பல்கலைக்கழகத்தில் முனைவர் பட்டம் பெற்று, டேவிட்சன் கல்லூரியில் தென்னாசியத்துறையில் கலை வரலாறு போதிக்க ஆரம்பித்தார். இவரது முதல் நூலான 'Tiruvalangadu Bronzes' 1985இலும் 'Paintings in Tamil Nadu' 2010இலும் 'தமிழக ஓவியங்கள்: ஒரு வரலாறு' 2014இலும் வெளியாயின. ஜோப் தாமஸ், வடகரோலினா மாநிலத்தில் கொர்னீலியஸ் கிராமத்தில் வசிக்கின்றார்.

சு. தியடோர் பாஸ்கரன் (பி. 1940)
மொழிபெயர்ப்பாளர்

தாராபுரத்தில் பிறந்த பாஸ்கரன் சென்னை கிறித்துவக் கல்லூரியில் முதுகலைப்பட்டம் பெற்றார். உல்லாஸ் கரந்தின் The Way of the Tiger நூலைக் 'கானுறை வேங்கை' (காலச்சுவடு 2006) என்ற தலைப்பில் மொழிபெயர்த்திருக் கின்றார். கலைவரலாற்றுக் கட்டுரைகள் பல எழுதியிருக் கின்றார். வாழ்நாள் இலக்கிய சேவைக்கான 2014ஆம் ஆண்டு கனடா இலக்கியத் தோட்டத்தின் இயல் விருதைப் பெற்றவர். பெங்களூரில் வசிக்கின்றார்.

ஐ. ஜோப் தாமஸ்

சோழர் காலச்
செப்புப் படிமங்கள்

ஆங்கில மூலத்திலிருந்து தமிழில்
சு. தியடோர் பாஸ்கரன்

காலச்சுவடு பதிப்பகம்

அன்பார்ந்த வாசகருக்கு,

வணக்கம்.

காலச்சுவடு நூலை வாங்கியமைக்கு நன்றி.

நூலின் உள்ளடக்கம், உருவாக்கம், அட்டைப்படம் இன்ன பிற அம்சங்கள் பற்றிய உங்கள் கருத்துகளையும் ஆலோசனைகளையும் காலச்சுவடு வரவேற்கிறது. தகவல், எழுத்து, வாக்கியப் பிழைகள் தென்பட்டால் கட்டாயம் தெரிவித்து உதவுங்கள். நூல் தயாரிப்பில் கடும் குறைபாடு இருப்பின் மாற்றுப் பிரதி உங்களுக்குக் கிடைக்கக் காலச்சுவடு ஏற்பாடு செய்யும்.

மின்னஞ்சல்: publisher@kalachuvadu.com

காலச்சுவடு நாகர்கோவில் தலைமையகத்துக்கும் கடிதம் அனுப்பலாம்.

தங்கள்
எஸ்.ஆர். சுந்தரம் (கண்ணன்)
பதிப்பாளர் — நிர்வாக இயக்குநர்

சோழர் காலச் செப்புப் படிமங்கள் ♦ ஆய்வுநூல் ♦ ஆசிரியர்: ஐ. ஜோப் தாமஸ் ♦ தமிழில்: சு. தியடோர் பாஸ்கரன் ♦ © ஐ. ஜோப் தாமஸ் ♦ மொழிபெயர்ப்புரிமை: சு. தியடோர் பாஸ்கரன் ♦ முதல் பதிப்பு: நவம்பர் 2018, இரண்டாம் (குறும்) பதிப்பு: டிசம்பர் 2022 ♦ வெளியீடு: காலச்சுவடு பப்ளிகேஷன்ஸ் (பி) லிட்., 669, கே. பி. சாலை, நாகர்கோவில் 629001

coozar kaalac ceppup paTimankaL ♦ Research Book ♦ Author: I. Job Thomas ♦ Translated by S. Theodore Baskaran ♦ © I. Job Thomas ♦ Translation © S. Theodore Baskaran ♦ Language: Tamil ♦ First Edition: November 2018, Second (Short) Edition: December 2022 ♦ Size: Demy 1 x 8 ♦ Paper: 90 gsm maplitho ♦ Pages:152

Published by Kalachuvadu Publications Pvt. Ltd., 669 K.P. Road, Nagercoil 629001, India ♦ Phone:91-4652-278525 ♦ e-mail: publications @kalachuvadu.com ♦ Printed at Compuprint Premier Design House, Chennai 600086

ISBN: 978-93-86820-86-0

12/2022/S.No. 854, kcp 4189, 21 (2) uss

அமிலியாவிற்கு
அன்புடன்

பொருளடக்கம்

முன்னுரை	11
சோழர் வரலாறு	13
திருவெண்காடு செப்புச் சிலைகள்	21
ரிஷபவாகனதேவர்	27
அர்த்தநாரீஸ்வரர்	33
பைரவர்	38
காளி	43
பிச்சாண்டவர்	47
கல்யாணசுந்தரர்	54
வள்ளி, தெய்வானையுடன் சுப்ரமணியர்	61
சந்திரசேகரர்	65
நாயன்மார்கள்	68
சம்பந்தர்	71
கண்ணப்ப நாயனார்	75
சுந்தரமூர்த்தி நாயனார்	79
காரைக்கால் அம்மையார்	84
சண்டேசர்	88

தனிஅம்மன்: துணையில்லாத தெய்வம்	92
தாரா: பொன்முலாம் பூசிய செப்புப் படிமம்	96
உருவச் சிற்பங்கள்	101
செப்புப்படிம வார்ப்பு முறைகள்	105
படிமங்களின் பாணி	119
சோழர் காலச் செப்புச் சிலைகள் என்னவாயின?	124
மீட்கப்பட்ட செப்புச்சிலைகள்	131
செப்புப் படிமங்கள் சார்ந்த ஆய்வுகள்	138
சிலைகளின் உயரம், காட்சிப்படுத்தப்பட்டுள்ள இடம்	141
ஒளிப்படங்கள்	143
பயன்பட்ட நூல்களும் கட்டுரைகளும்	145
சொல்லடைவு	147

முன்னுரை

முப்பது ஆண்டுகளுக்கு முன் வெளியான எனது Thiruvenkaadu Bronzes (திருவெண்காடு செப்புச்சிலைகள்) என்ற ஆங்கில நூலைத் தமிழில் கொண்டு வரக் காலச்சுவடு கண்ணனிடம் பேசிய போது அதை விரிவாக்கி, மற்ற பிரபல சோழர்காலச் செப்புச்சிலைகளைப் பற்றிய விவரங்களைச் சேர்த்து, அண்மைக்கால ஆய்வுகளையும் உள்ளடக்கி, ஒரு நூலாக வெளியிடலாம் என்று சொன்னார்.

இந்நூலின் உருவாக்கத்தில் பல நண்பர்கள் உதவி செய்தனர். டேவிட்சன் கல்லூரி நூலகத்தின் நூலகர்கள் நான் கேட்ட தரவுகளை உடனுக்குடன் பல நூலகங்களிருந்து தேடி அளித்தனர். கலைத்துறைக் காப்பாட்சியர் செல்வி ஜூலியா டீல் ஒளிப்படங்களை எண்மயமாக்கிக் கொடுத்தார். சென்னை க்ரியாவின் பாலாஜி பழைய படங்களை, அச்சிடுவதற்கேற்பச் செப்பனிட்டுத்தந்தார். அவ்வப்போது எழுந்த சந்தேகங்களைப் போக்கிய நண்பர் பாலுசாமிக்கு நன்றி.

எனது நண்பர் தியடோர் பாஸ்கரனுடன் அருங்காட்சியகங்களுக்கும், ஆலயங்களுக்கும், தொல்லெச்சத் தலங்களுக்கும், பயணித்த தருணங்கள் என் வாழ்வின் மறக்கவியலாத, மகிழ்ச்சி நிறைந்தவை. நீண்டநாள் நட்பின் விளைவாகப் பாஸ்கரன் எனது சொற்களை மட்டுமல்ல எனது எண்ணங்களைக் கூடப் படித்து விடுவார். தமிழ்மொழி, தமிழ்ப் பண்பாட்டு வரலாறு இவைகளில் அவர் கொண்டிருக்கும் பிடிப்பால் நான் ஆங்கிலத்தில் எழுதியதைவிட அருமையான

தரத்தில் அவர் மொழியாக்கியிருக்கின்றார். பாஸ்கரனும் அவரது மனைவி திலகாவும் இந்நூல் எழுவதில் மட்டுமல்ல என் வாழ்வின் ஒவ்வொரு பகுதியிலும் எனக்கு அளித்த உணர்வுப்பூர்வமான, அறிவுப்பூர்வான ஆதரவுக்கு நான் கடமைப்பட்டிருக்கின்றேன்.

காலச்சுவடு பதிப்பகத்தினர் இந்தநூலின் உருவாக்கத்தில் காட்டிய ஆழ்ந்த கவனிப்பின் வெளிப்பாட்டை உங்கள் கையிலிருக்கும் இந்தப் பிரதியின் தரத்திலிருந்து அறிய முடியும். க்ரியா ராமகிருஷ்ணன் பிரதியைச் செப்பனிட்டுக் கொடுத்தார். இவர்கள் யாவருக்கும் என் நன்றி. குறைகள் இருந்தால் அவை என்னுடையவையே.

டேவிட்சன், அமெரிக்கா
செப்டம்பர் 2018

ஐ. ஜோப் தாமஸ்

1

சோழர் வரலாறு

தமிழகத்தில் சேர, சோழ, பாண்டிய மன்னர்களின் வரலாறு நீண்டதொன்று. அசோகரின் கல்வெட்டுகளில் (கி.மு. 232 – கி.பி. 273) இவர்கள் தமிழ் மொழி பேசப்படும் பகுதியை ஆள்பவர்கள் என்று குறிப்பிடப்படுகின்றனர். சங்கப் பாடல்களை எழுதிய (கி.மு. 100 – கி.பி. 250) புலவர்கள், நாற்பத்தியெட்டுக் குறுநில மன்னர்களின் தயவிலும் மூன்று 'முடிசூடிய மன்னர்களின்' தாராள குணத்திலும் வாழ்ந்தனர் என்று அறிகின்றோம். பல அரசர்களும் சிற்றரசர்களும் எப்போதும் ஒருவருடன் ஒருவர் போரிட்டுக்கொண்டிருந்த காலகட்டம் அது. போரிடுவது, எல்லைப்புறக் கிராமங்களைச் சூறையாடுவது, ஆநிரை கவர்வது போன்றவை அன்றாட நிகழ்வாயிருந்தன.

கி.பி. 250 ஆண்டு முதல் சுமார் நானூறு ஆண்டுகளுக்கு இந்தப் பகுதி பற்றி நாம் அறிந்தது மிகக் குறைவு. வரலாற்றாசிரியர்களால் களப்பிரர் என்று அறியப்படுபவர் இங்கிருந்ததாக அறிகின்றோம். சங்க இலக்கியத்திலும் இவர்களைப் பற்றிய குறிப்பு ஒன்றும் இல்லாதது இப்பகுதிக்கு இவர்கள் புதியவர்கள் என்று அனுமானிக்கச் செய்கின்றது. மூன்று நூற்றாண்டுகள் அவர்கள் இப்பகுதியில் இருந்தாலும் அவர்களைப்பற்றி எந்த விவரமும் கிடைக்கவில்லை. இந்தக் காலகட்டத்தில் பல்லவ, பாண்டிய வம்சங்கள் தொடர்ந்து ஆண்டுகொண்டிருந்தாலும் சோழர்களைப் பற்றியோ, சேரர்களைப் பற்றியோ எந்தக் குறிப்பும் இல்லை.

கி.பி. 600 வாக்கில் பல்லவர்களும் பாண்டியர்களும் மறுபடியும் தலையெடுத்து, தங்களது சண்டைகளைத் தொடர்ந்தனர். இவர்களுக்குள் இருந்த போட்டியின் போது, பல்லவர்களின் சிற்றரசர்களாக இருந்த உறையூர் சோழர்கள் இரு பக்கங்களிலும் உறவு வைத்துக்கொண்டு பிழைத்திருந்தனர். தொடர்ந்து நடத்தப்பட்ட போர்கள் பல்லவர்கள், பாண்டியர்களின் பலத்தைக் குறைத்தன. கி.பி. 850இல் தஞ்சாவூரையும் காவேரிக் கரையிலிருந்த வளமான விவசாய நிலப்பரப்பையும் முத்தரையர்களிடமிருந்து விஜயாலய சோழன் கைப்பற்றினார். இவர் தோற்றுவித்த அரச பரம்பரை நான்கு நூற்றாண்டுகளாகத் தமிழ்நாட்டில் கோலோச்சியது. விஜயாலனின் 850ஆம் ஆண்டு வெற்றியிலிருந்து கி.பி. 1280இல் கடைசி சோழர் கல்வெட்டைப் பொறித்த அரசரின் காலம்வரை இருபது சோழ மன்னர்கள் தோன்றி மறைந்தனர்.

கல்வெட்டுகள்: கவனம் தேவை

தமிழகத்திலிருந்து ஆண்ட மூன்று பெரும் வம்சங்களில் சோழர்களைப் பற்றித்தான் வரலாற்றாசிரியர்கள் அதிகம் எழுதியிருக்கிறார்கள். ஏனென்றால் இதுவரை வாசிக்கப்பட்ட 18,000 கல்வெட்டுகளில் 10,000 பதிவுகள் சோழர்களுடையவை. எண்ணிக்கையில் அதிகமாக இருந்தாலும் வரலாற்றுப் பதிவு களாக இவை அவ்வளவு பயனுள்ளவை அல்ல. மெய்கீர்த்தி எனப்படும் வம்சத்தின் பெருமையைப் பேசும் நீண்ட கூறுரை அரச மரபின் புகழைச் சொல்வதோடு, அவர்கள் நிறுவிய அறக்கட்டளைகள், கட்டிய கோவில்கள் அளித்த நல்கைகள், வென்ற நாடுகள் போன்றவற்றைப் பட்டியலிடுகிறது. எடுத்துக் காட்டாக, ராஜராஜனின் தஞ்சாவூர்க் கல்வெட்டு 400 தளிச்சேரிப் பெண்டுகளின் பெயர்கள், தெருக்களின் பெயர்கள், அவர்கள் வம்சாவளி, கொடுக்கப்பட்ட ஈட்டுத்தொகை போன்ற விவரங் களைத் தருகிறது. ஆனால் ஆலயம் கட்டப்பட்ட முறை பற்றிய தகவல் ஏதும் இல்லை. அதேபோல் ராஜேந்திரனின் பதிவு களும் அவருடைய கடல் கடந்த படையெடுப்புகள் பற்றிக் கூறியிருந்தாலும், அவர் சென்ற கடல் மார்க்கம் பற்றியோ அல்லது பெருந்தூரம் செல்லக்கூடிய நாவாய்கள் பற்றியோ எந்த விவரமும் அவற்றில் இல்லை. கங்கைப் பகுதிக்குப் படைகளைக் கொண்டுசென்ற வழி பற்றியும் ஏதும் சொல்லப்படவில்லை. வரலாற்றாசிரியர் டக்ளஸ் பேரட் (Douglas Barret) "இந்தக் கல்வெட்டுகளிலிருந்து நமக்குக் கிடைக்கும் வரலாறு சார்ந்த தகவல்கள் தற்செயலாகக் கிடைப்பவைதான்." என்று குறிப்பிட்டிருக்கிறார்.

சோழர் அரசுபற்றி நாம் அறிந்தவை என்ன?

1. அண்டைய மன்னர்களுடன் அடிக்கடி போரிட்டனர். இந்தப் போர்களின் காரணம் தெளிவாக இல்லை. எல்லைகளை விரிவாக்கத்தான் என்று கருதலாம். இதனால் வரி வசூல் அதிகமாகலாம்; அது மட்டுமல்ல, போரில் வெற்றியடைந்தால் கொள்ளையுடமையும் கிடைக்கும். அதை வைத்துப் புதிய ஆலயங்கள் கட்டலாம். போர்களில் எத்தனை வீரர்கள் ஈடுபடுத்தப்பட்டார்கள், எத்தனை பேர் உயிரிழந்தனர் போன்ற எந்த விவரங்களும் இல்லை. போருக்குப் பின் உருவான ராஜதந்திர உறவுகளும் நீடித்தவையாக இருக்கவில்லை.

2. சோழ அரசர்களும் அவர்களது குடும்பத்தினரும் தத்தம் பெயரில் கோவில்களைக் கட்டினர். செப்புச் சிலைகள் வார்க்க நல்கைகள் அளித்தனர். கி.பி. 850இலிருந்து 1200 வரை 200 முதல் 300 ஆலயங்கள் சோழர் நாட்டில் எடுப்பிக்கப் பட்டன. அளவில் பெரிய கோவில்களில் எழிலார்ந்த சிற்பங்கள் நிறைந்திருந்தன. சிறிய ஆலயங்களில் வழிபடப் பட்ட பல குறுதெய்வங்களுக்காகச் சிறு சிறு கோவில்கள் – பரிவாரதேவதை ஆலயங்கள் – இந்தப் பெரிய ஆலய வளாகத்திற்குள்ளேயே கட்டப்பட்டன. பூஜை, புனஸ்காரங் களும் அதிகரித்தன.

பிராமணர்களுக்கென பிரம்மதேய கிராமங்களைச் சோழ அரசர்கள் உருவாக்கினர். அவர்களுக்கு நிலங்களைக் கொடுத்தது மட்டுமல்லாமல் வரிகளிலிருந்தும் விலக்கு அளித்தனர். இந்தக் கொடைகள் கல்வெட்டுகளிலும் தாமிரப் பட்டயங்களிலும் பதிவு செய்யப்பட்டுள்ளன. சோழ நாட்டிலிருந்த சுமார் 1300 கிராமங்களில் 250 பிரம்மதேய கிராமங்களாக, காவிரிப் படுகையில் இருந்தன. இக்கிராமங்களில் வசிக்கப் பல இடங்களிருந்து பிராமணர்கள் அழைத்து வரப்பட்டனர். வாரணாசியிலிருந்தும் கூடச் சிலர் வந்தனர். இந்தக் கிராமங்களில் அந்தணர் மட்டும் குடியிருக்கவில்லை. அவர்களது நிலங்களில் விவசாயம் செய்ய ஆள் வேண்டுமே? அவர்களும் அந்தக் கிராமத்தில் குடியிருந்தனர். சபா என்றொரு அமைப்பை நிலக்கிழார்கள் ஏற்படுத்திக் கிராமத்தை நிர்வகித்தனர். கல்வெட்டு ஒன்றுக்கு பேர்போன உத்திரமேரூர் அம்மாதிரியான ஒரு கிராமமே. வைதீகக் கலாச்சாரத்தையும் சமஸ்கிருதத்தையும் பரப்ப இக்கிராமங்கள் உதவின. மன்னர்களின் ஆதரவுடன், வைதீகக் கடவுளர்கள் வழிபாடு பரப்பப்பட்டது.

1935இல் வெளிவந்த க.அ. நீலகண்ட சாஸ்திரி எழுதிய **சோழர்கள்** (The Colas) என்ற நூல் இந்த அரச வம்சத்தினர் பற்றிய நம் அறிவை விரிவுபடுத்தியது. ஆயிரக்கணக்கான கல்வெட்டுகளை அலசி ஆராய்ந்து அரசர்களைப் பற்றியும் அவர்களது செயல்பாடுகள் பற்றியும் இதில் விரிவாகப் பதிவு செய்திருக்கிறார். சோழர் பற்றிய வரலாற்று ஆய்வுக்கு அவரது பதிவுகள் அடித்தளமாக அமைந்தன.

1960களில் வெளிநாட்டு வரலாற்றாசிரியர்கள் பலர் சோழ வரலாற்றில் ஆய்வு மேற்கொண்டு புதிய புரிதல்களைக் கொடுத்தார்கள். பர்ட்டன் ஸ்டைன் (Burton Stein 1926–1996) சோழ நாட்டையும் அதன் நிர்வாக அமைப்பையும் கூர்ந்து நோக்கினார். நொபுரு கரஷிமா (Noburu Karashima 1933–2015) பொருளாதார, சமூக வரலாற்றை ஆய்வு செய்தார். இன்னும் சில இளைய ஆய்வாளர்களும் சோழ வரலாற்றில் ஆர்வம் காட்டி இந்தத் தளத்தில் புதிய வெளிச்சத்தை பாய்ச்சினார்கள். ஜார்ஜ் ஸ்பென்செர் (George Spencer) ராஜேந்திரனின் தென்கிழக்குப் படையெடுப்பைக் கவனித்தார். கென்னத் ஹால் (Kenneth Hall) நகரத்தார்களின் தென்கிழக்கு வணிகத்தை ஆய்வு செய்தார். சுப்பராயலு சோழர்களின் கல்வெட்டுகளை ஆராய்ந்தார். இவர் கரஷிமாவுடன் இணைந்து 3542 கல்வெட்டுகளைச் செப்பனிட்டு வெளியிட்டது சோழர் பற்றிய ஆராய்ச்சியில் ஒரு முக்கிய நிகழ்வாகக் கருதப்படுகிறது.

முற்காலச் சோழ மன்னர்கள்: கி.பி. 850–985

விஜயாலயனில் தொடங்கிய சோழ வம்சம் நான்கு நூற்றாண்டுகளுக்கு நீடித்தது. விஜயாலயன் தஞ்சாவூரை 850இல் கைப்பற்றியதிலிருந்து கடைசிச் சோழக் கல்வெட்டு பொறிக்கப் பட்ட 1280ஆம் ஆண்டுவரை இருபது சோழ மன்னர்கள் ஆட்சி செலுத்தினர். வழமையாகத் தந்தையிடமிருந்து மகனுக்கு என, குழப்பமின்றி அரசு கை மாறியது. வரலாற்றாசிரியர்கள் சோழ வம்சத்தின் ஆட்சியை மூன்று பகுதிகளாகப் பிரிக்கின்றனர்

1. முற்காலச் சோழர்கள் 850–985. வம்சத்தின் தொடக்கம் முதல் ராஜராஜன் வரையில். 2. சோழப் பேரரசர்கள் 985–1070. ராஜராஜன், அவரது மகன் ராஜேந்திரன் இவர்களுடைய ஆட்சிக் காலம். 3. பிற்காலச் சோழர்கள். முதல் குலோத்துங்கன் காலத்திலிருந்து மூன்றாம் ராஜேந்திரன் காலம்வரை 1070–1279.

தஞ்சாவூரை விஜயாலயன் வென்றது பற்றிய சமகாலப் பதிவு எதுவும் இல்லை. பின்னர் பொறிக்கப்பட்ட ராஜேந்திர சோழனின் கல்வெட்டு ஒன்றுதான் அதைத் தெரிவிக்கிறது.

விஜயாலயனுக்கு அடுத்து ஆட்சிக்கு வந்த முதலாம் ஆதித்தியன் (871–907) அண்டை நாட்டரசர்களுடன் போரிட்டு, வென்று தன் எல்லைகளை விரிவாக்கினார். அவரைத் தொடர்ந்து அரியணை ஏறிய முதலாம் பராந்தகன் (907–955) பாண்டிய நாட்டையும் இலங்கையும் வென்றார். ஈழத்தில் போரில் கிடைத்த பெருத்த கொள்ளையுடமையைக் கொண்டு சிதம்பரம் நடராஜர் ஆலயத்தின் கூரையைப் பொன்னால் வேய்ந்தார். மேற்கே ராஷ்டிரகூட மன்னன் இரண்டாம் கிருஷ்ணனை வீழ்த்தி அந்த நாட்டைக் கைப்பற்றினார். ஆனால், அவரது மகன் மூன்றாம் கிருஷ்ணன் 949இல் தக்கோலத்தில் சோழர்களை வென்று, சோழ நாட்டின் வட பகுதியை வெகு காலம் தன் கட்டுப்பாட்டில் வைத்திருந்தார்.

பராந்தகன் 955இல் காலமான பின், கண்டராதித்தியர் (956–957) ஓராண்டே அரசாண்டு காலமானார். அதற்குப் பின் முப்பத்தைந்து ஆண்டுகள், ராஜராஜன் அரியணை ஏறும்வரை, குழப்பமான அரசியல் நிலவியது. இந்தக் காலகட்டத்தின் ஒரு முக்கியமான ஆளுமை கண்டராதித்தியரின் ராணி செம்பியன் மாதேவி. 941–1001 ஆண்டுகளில் இவர் ஆலயங்கள் செப்பனிடுதலிலும், நல்கைகள் அளிப்பதிலும் முனைப்புடன் இயங்கினார்.

சோழப் பேரரசர்கள்: கி.பி 985–1070

ராஜராஜன் ஆட்சி தொடங்கி அறுபது ஆண்டுகள் சோழ நாட்டில் எல்லாத் துறைகளிலும் இதுவரை இல்லாத வளர்ச்சி ஏற்பட்டது. முன்னிருந்தவற்றை விடப் பத்து மடங்கு பெரிய ஆலயங்கள் எடுப்பிக்கப்பட்டன. கடல் கடந்த வாணிபம் பெருகியது. வடக்கே வங்கம் வரை அவர்கள் படைகள் சென்றன. பல வணிகக் குழுக்கள் இயங்கின.

முதலாம் ராஜராஜன் (985 –1014): இவர் அரசனானபோது, சோழ நாடு பரந்து விரிந்திருந்தாலும் தக்கோலப் போரின் பாதிப்பிலிருந்து முழுமையாக மீண்டிருக்கவில்லை. சாளுக்கியர்களிடமிருந்தும் ராஷ்டிரகூடர்களிடமிருந்தும் நிலப்பரப்பை மீட்டதுடன், சேரர்கள், பாண்டியர்களையும் ராஜராஜன் வென்றார். இவர் படைகளுடன் இலங்கைக்குச் சென்று அனுராதபுரத்தை அழித்து பொலனருவாவைத் தலைநகராக்கினார். 1007இல் மாலத்தீவையும் கைப்பற்றினர்.

முதலாம் ராஜராஜன், அவரது மகன் முதலாம் ராஜேந்திரன் இவர்கள் தங்கள் காலத்தில் அளவிலும், அழகிலும் உயர்ந்த எண்பது ஆலயங்கள் எடுப்பித்தனர். ராஜராஜன் தஞ்சாவூரில்

பெரிய கோவில் கட்ட ஆரம்பித்தபோது 40 கி.மீ. தூரத்தில் கடினமான கற்பாறைகள் கிடைத்தன. திருவெறும்பூருக்கு அருகிலிருந்து பாறைகள் சுமைப் படகுகள் மூலம் நதி வழியாகத் தஞ்சாவூருக்குக் கொண்டு வரப்பட்டன. அஸ்திவாரம் போட்ட இடமும் நிலையான, நிலநடுக்க ஆபத்து ஏதும் இல்லாத ஒன்று. ராஜராஜனின் மூதாதையர்கள் மூன்றடுக்கு ஆலயங்கள் பல கட்டியிருந்தார்கள் ஆகவே பெருங்கற்களை மேலே தூக்கி நிறுத்தும் தொழில் நுட்பம் தெரிந்த கட்டிடக் கலை வல்லுநர்கள் இருந்தனர். 1004இல் ஆரம்பிக்கப்பட்ட ஆலயப் பணி 1014ஆம் ஆண்டு முடிவடைந்தது.

முந்தையவற்றை மிஞ்சும் அளவில் ஒரு கோவில் எழுப்ப வேண்டும் என்பதுதான் ராஜராஜனின் எண்ணமாக இருந்திருக்க வேண்டும். அன்றைய கால மூன்றடுக்கு ஆலயங்கள் சுமார் 12 மீ உயரம்தான் இருந்தன. ராஜராஜன் கட்டிய பெரிய கோவில் 60 மீ உயரமும் முந்தைய ஆலயங்களைவிட 80 மடங்கு கட்டட அமைப்புக் கொண்டதாகவும் இருந்தது.

ஆலயத்தில் வழிபாடு துவங்கியபோது ராஜராஜன், அவரது அரசிகள், இல்லத்தார்கள், ஆட்சியதிகாரிகள் பல நல்கைகளையும் பரிசுகளையும் ஆலயத்திற்கு அளித்தார்கள். 6 செ.மீ. முதல் 98 செ.மீ. வரை உயரம் உள்ள அறுபது செப்புத் திருமேனிகள் கொடையாக அளிக்கப்பட்டன. கல்வெட்டுகள்படி 502 கிலோ தங்கமும் ஏராளமான ஆபரணங்களும் கொடுக்கப்பட்டன. இவை பெரும்பாலும் போர்களில் கொள்ளையுடமையாகக் கிடைத்தவை.

ஆலயத்தில் நூற்றுக்கணக்கோனோர் பணிபுரிந்தனர். அனந்தப்பூர், இலங்கை போன்ற இடங்களிலிருந்து 16 விதமான வேலைகள் செய்யும் 330 ஆட்கள் செய்ய அமர்த்தப்பட்டார்கள். 52 ஆலயங்களிலிருந்த 400 நடனப் பெண்கள் (தளிச்சேரிப் பெண்டுகள்) தஞ்சாவூரில் குடியமர்த்தப்பட்டனர். கோவிலுக்கு வேண்டிய பால், தயிர், நெய்க்காக இருந்த 4128 பசுக்கள், 30 எருமைகள் 6924 ஆடுகள் ஆகியவற்றைப் பராமரிக்க 50 கி.மீ. சுற்றளவிலிருந்து இடையர்கள் கொண்டுவரப்பட்டனர்.

வழிபாடு ஆரம்பித்து 20 ஆண்டுகளில், ஆலயத்தின் சொத்துக்கள் யாவும் ராஜேந்திர சோழனால் கங்கைகொண்டசோழபுரத்தில் கட்டப்பட்ட புதிய ஆலயத்திற்கு மாற்றப்பட்டன. தஞ்சாவூர் பெரிய கோவில் நலிய ஆரம்பித்தது. பின் பல நூற்றாண்டுகளாக கவனிக்கப்படவேயில்லை.

இவ்வளவு செல்வக் கொழிப்புடனும் நல்கைகளுடனும் இருந்த ஆலயம் ஏன் சரிவடைந்தது? வரலாற்றாசிரியர்கள்

பல காரணங்களைச் சுட்டிக்காட்டுகிறார்கள். சைவ மதத்தை ராஜாராஜன் அரசு சமயமாக ஏற்றதை புத்த, சமண மதங்களைச் சேர்ந்த மக்களில் சில பகுதியினர் ஏற்கவில்லை. ஆலயம் ஏற்படுத்திய பெருஞ்செலவினால் அரசுக் கருவூலம் காலியானது. மற்ற பல ஆலயங்களின், சமணக் கோவில்கள் உட்பட, சொத்துக்கள் பெரியகோவிலுக்கு ஒதுக்கபட்டதால் ஏற்பட்ட எதிர்வினையும் பெரிய கோவிலின் நலிவிற்கு ஒரு காரணம்.

முதலாம் ராஜேந்திரன்: சோழ மன்னர்களுக்குப் பல மனைவிகள் இருப்பது வழமை. வெற்றிகொண்ட நாடுகளில் பெண்ணெடுப்பது ஒரு மரபாக இருந்தது. ராஜராஜனுக்குப் பதினோரு மனைவிகள். ஒவ்வொரு மனைவியின் புதல்வர்களும் வாரிசாக விரும்புவர். இந்தப் பிரச்சினையைத் தவிர்க்க ராஜராஜன் தனது மகன் ராஜேந்திரனை வாரிசாக 1012இல் அறிவித்தார். ராஜேந்திரன் ஒரு போர்வீரனாக வரலாற்றில் இடம் பிடித்துள்ளார். ஒரு கணிப்பின்படி பதினெட்டுப் போர் வெற்றிகள் கொண்டவர்.

இவரது ஆட்சிக்காலத்தில் நடந்த மூன்று நிகழ்வுகள் முக்கியமானவை. 1. கங்கைப் பகுதிக்குப் படையெடுத்தது 2. கங்கைகொண்டசோழபுரம் நகரை உருவாக்கி அங்கே ஒரு பெரிய கோவிலைக் கட்டியது 3. தென்கிழக்கு ஆசியப் பகுதியில் கடல்வழிப் படையெடுப்பு. கங்கைக்குச் சோழர் படைகள் எதற்காகச் சென்றன என்று உறுதியாகத் தெரியவில்லை. ஆனால் கோதாவரி நதியைத் தாண்டி ராஜேந்திரன் செல்லவில்லை. அவரது படைத்தளபதிதான் சென்றார். கங்கைகொண்டசோழபுரம் கோவிலும் கட்டி முடிக்காமலே விடப்பட்டது. அது மட்டுமல்ல, அதில் ராஜேந்திரனைப் பற்றியோ அவரைத் தொடர்ந்து நாட்டை ஆண்ட இரு மன்னர்களைப் பற்றியோ எந்தக் கல்வெட்டும் இல்லை. ஆனால், இவர்கள் காலத்துக்குப் பின்னர் பொறிக்கப்பட்ட ஒரு கல்வெட்டு, தஞ்சாவூர்ப் பெரிய கோவிலுக்கு அளிக்கப்பட்ட எல்லாக் கொடைகளையும் கங்கைகொண்டசோழபுரம் கோயிலுக்கு மாற்றி ராஜேந்திர சோழன் 1035இல் பிறப்பித்த ஆணையைப் பதிவுசெய்கிறது.

1044இல் ராஜேந்திரன் இயற்கை எய்தினார். ஒருவர் பின் ஒருவராக அவருடைய மூன்று மகன்கள் நாட்டை ஆண்டனர். இவர்களைத் தொடர்ந்து வேறு சில மன்னர்கள் ஆண்டனர். விஜயாலயனால் துவங்கப்பட்ட சோழ வம்ச ஆட்சி ஏறக்குறைய இருநூறு ஆண்டுகள் நிலைத்திருந்தது. கடைநிலையில் ஆண்ட

மன்னர்களில் குறிப்பிட வேண்டியவர் 1070இல் அரியணை ஏறி ஐம்பது ஆண்டுகள் ஆட்சி புரிந்த முதலாம் குலோத்துங்கன். இவர் போர்களைத் தவிர்த்தார் என்று வரலாற்றாசிரியர் நீலகண்ட சாஸ்திரி குறிப்பிடுகினறார். வணிகத்துக்கு ஊக்கமளித்தார். 1077இல் சீனாவுக்கு 72 வணிகர் அடங்கிய குழு ஒன்றை, முன்னர் ராஜராஜன் அனுப்பியதுபோல, இவரும் அனுப்பினார். இவரது காலத்தில் நாகப்பட்டினத்துப் புத்த விகாரைகள் தழைத்து இயங்கிக்கொண்டிருந்தன.

கலை வரலாற்றில் பிற்காலச் சோழர்களின் பங்களிப்பு குறைவாகவே இருந்தது. பெரும் போர்களிலிருந்து கொள்ளை யுடைமை கிடைக்காதது ஒரு காரணமாக இருக்கலாம். இருந்தாலும், இந்தக் காலகட்டத்தில் எடுப்பிக்கப்பட்ட இரண்டு கோயில்களைக் குறிப்பிட வேண்டும்: இரண்டாம் ராஜராஜன் (1146–1172) தாராசுரத்தில் கட்டிய ஐராவதேசுவரர் கோயிலும், மூன்றாம் குலோத்துங்கன் (1178–1218) திரிபுவனத்தில் கட்டிய கம்பகரேஸ்வரர் கோவிலும். இந்த ஆலய வளாகங்கள் பல மண்டபங்களையும் சிறு ஆலயங்களையும் உள்ளடக்கியிருந்தன.

பேரரசுகளுக்கும் ஒரு முடிவு உண்டு. யுத்தங்களால் விரிவாக்கப்பட்டு, அதிகார வர்க்கத்தாலும், வலிமையினாலும் கட்டமைக்கப்பட்டது அது. அதில் அடக்கி வைக்கப்பட்டிருந்த வெவ்வேறு மக்கட்கூறுகள் இந்தக் கட்டமைப்பை வெறுத்து, அதிலிருந்து விடுபட ஒரு சரியான வாய்ப்பை எதிர்நோக்கி யிருந்திருக்கின்றனர். எல்லாப் பேரரசுகளும் – ரோமானிய, பிரித்தானிய – தொலைவிலிருக்கும் நாடுகளை வெகுகாலம் பிடியில் வைத்திருக்க முடியாது என்பதைக் காட்டியிருக்கின்றன. முதலில், தூரத்திலிருக்கும் நாடுகள் பிடியிலிருந்து நழுவும். பின்னர், கட்டமைப்பு சரிந்துவிடும்.

2

திருவெண்காடு செப்புச் சிலைகள்

பல கிராமங்களைப் போலவே பச்சைப் பசேலென்றிருக்கும் வயல்கள், காற்றில் அசைந்தாடும் தென்னை மரங்கள் சூழ்ந்தது திருவெண்காடு. மணிகர்னிக்காவும் காவிரியும் மூன்று புறமும் சூழ்ந்திருக்க, கிழக்கே வங்கக் கடல் உள்ளது. இவ்வூர் நாகப்பட்டினம் மாவட்டத்தின் வடக்கு எல்லையில், சீர்காழி தாலுக்காவில் உள்ளது. சைவக் குரவர்களால் போற்றப்பட்ட சிதம்பரம், சாயாவனம் ஆகிய ஊர்கள் பதினைந்து கி.மீ. தூர வட்டத்தில்தான் உள்ளன. பல சைவ அருட்தொண்டர்கள் இவ்வூர்களுக்கு வந்து சமயத் தொண்டாற்றியிருக்கின்றனர். இந்த ஊர்களிலுள்ள கோயில்களை அவர்கள் போற்றிப் பாடியதால் இவை ‘பாடல் பெற்ற ஸ்தலங்கள்’ என்ற புகழைப் பெற்றன.

திருவெண்காட்டின் நடுவே உள்ளது சுவேதாரண்யேஸ்வரர், அவரது தேவி பிரம்மவித்யாம்பாள் உள்ள ஆலயம். இந்தப் பரந்த கோயிலின் பெருவாரியான பகுதிகள் 16ஆம் நூற்றாண்டைச் சேர்ந்தவை. இந்தக் கோயிலில் ஐந்து பகுதிகள் உள்ளன. முதல் பகுதி 242 மீட்டர் நீளமும் 95 மீட்டர் அகலமும் உடையது. இந்தச் சுற்றுக்குள் அகோரமூர்த்தி, காளி, நடராஜர் போன்ற தெய்வங்களுக்குச் சிறு கோயில்களும், 64 நாயன்மார்களுக்கான கோயில் ஒன்றும், மூன்று குளங்களும் உள்ளன. இக்குளங்களின் நீர், சிவனின் கண்ணீரிலிருந்து உருவானது என்பது ஐதீகம்.

திருவெண்காடு என்ற ஊர்ப் பெயர் சிவன் தன் உடலில் பூசிக்கொள்ளும் திருநீறைப் போற்றுகிறது. மருத்வாசுரனைச் சிவன் அழித்தது இந்த இடத்தில்தான் என்று இவ்வூர் ஸ்தலபுராணம் கூறுகிறது. தனது தவ பலத்தால் சிவனின் திரிசூலத்தையே ஆயுதமாகப் பெற்று விட்டதால் கர்வம் மிகுந்து நந்தியைக்கூட மிரட்டத் துணிந்து விட்டான் இவ்வசுரன். தனது தெய்வத்தின் ஆயுதத்தை அசுரன் கையில் கண்ட நந்தி அவனுடன் போரிட மறுத்துவிட்டார். நந்தியைச் சண்டைக்கு உசுப்பிட முயன்று, இயலாமல் போனதால் நந்தியின் வாலையும் காதுகளையும் அசுரன் அறுத்துக்கொண்டு போய்விட்டான். தனது வாகனமான நந்திக்கு இழைக்கப்பட்ட அவமானத்தை அறிந்த சிவன், கோபம் மேலிட, தனது மூன்றாம் கண்ணைத் திறந்தார். அதிலிருந்து புறப்பட்ட தீப்பிழம்புகள் அசுரனைச் சாம்பலாக்கின. அதே பிழம்புகளிலிருந்து திருசூலம் ஏந்திய அகோரமூர்த்தியைச் சிவன் உருவாக்கினார்.

இந்த ஊர் கபாலிக சமயப் பிரிவுடன் (cult) சம்பந்தப்பட்டது. சோழ மன்னர்கள் தீவிரமாகச் சைவ மதத்தை ஆதரித்தபோது, இம்மாதிரியான மதக் குழுக்களும் இயங்கின. சிறுத்தொண்ட நாயனாரின் மனைவி திருவெண்காட்டு நங்கை இந்த ஊரில்தான் பிறந்தார். இந்த ஊரின் ஸ்தலபுராணம் இவர்கள் இருவரைப் பற்றிக் கூறுகிறது. இந்த ஊருக்கு வந்த பைரவர் ஒருவர், தம்பதியரிடம் அவர்களுடைய ஒரே மகனைக் கொன்று சமைத்துத் தரக் கேட்டார். இவர்களும் சம்மதித்த பின், அங்கு வந்த பைரவர் வேறு யாருமில்லை சிவன்தான் என்பது தெரியவந்தது. அதே போன்று தனது மனைவியைக் கபாலிகர் ஒருவருடன் அனுப்பிவைத்த இயற்பகை நாயனார் இந்த ஊரிலிருந்து 4 கி.மீ. தொலைவிலுள்ள சாயாவனத்தில் வசித்தவர்.

குறுநில மன்னன் விஜயாலய சோழன் கி.பி. 850இல் தஞ்சாவூரையும் அதன் சுற்றுப்பகுதிகளையும் கைப்பற்றி ஆட்சி புரிந்தான். அவனது சந்ததியின் பலம் குன்றிப் பின்னர் வந்த சோழ அரசர்கள் நாட்டை விரிவாக்கினர். அவர்கள் காலத்தில் வாரிசு சச்சரவு இல்லாமல், நிலையான ஆட்சி இருந்தது. போரில் கிடைத்த பொக்கிஷங்கள், நாட்டின் வளம் இவற்றால் பயன்பெற்ற சோழ அரசர்கள் பெரும் கோயில்களைக் கட்ட ஆரம்பித்தனர். அவர்கள் சிவ பக்தர்களாக இருந்ததால் பெரும்பாலான கோயில்கள் சிவனுக்காக எடுப்பிக்கப் பட்டவை. இந்தக் கோயில்களுக்குச் சிற்பங்களாகவும் செப்புச் சிலைகளாகவும் அரச குடும்பத்தினர் கொடைகளாக அளித்தனர். மற்ற செல்வந்தர்களும் கொடைகள் அளித்தனர். தெய்வங்களுடைய பிரதிமைகளை அரசர்களும், அம்மனின்

உருவங்களை அரசிகளும் கொடுத்தனர். தெய்வங்களின் போர் வீர உருவங்களைப் படைத்தளபதிகள் அளித்தனர். இந்தச் செப்புச் சிலைகளைக் கொடையாக நல்கியவர்கள், கொடுத்த ஆண்டு, எதற்காக அளிக்கப்பட்டது போன்ற விவரங்களும், சிலைகளின் உருவ நியதிகளும் கோயில்களில் கல்வெட்டுகளாகப் பொறிக்கப்பட்டன.[1]

திருவெண்காடு கோயிலில் பொறிக்கப்பட்டுள்ள ஏறக்குறைய நூறு கல்வெட்டுகள், இந்தக் கோயிலுக்குச் சோழர் காலத்தில் கொடுக்கப்பட்ட கொடைகளைப் பதிவு செய்கின்றன. முதலாம் ராஜராஜசோழனின் காலத்தில் (கி.பி. 985–1014) பரந்திருந்த சோழ நாடு செல்வத்தில் கொழித்திருந்தது. இவர் காலத்தில் போர் அபாயம் ஏதும் இல்லை. அரசுக்கு வர வேண்டிய வருமானங்களும் சீராக வந்துகொண்டிருந்தன. இந்த வளமான காலத்தைத்தான் அன்று எடுப்பிக்கப்பட்ட தஞ்சாவூர்ப் பெரியகோயில் பிரதிபலிக்கிறது. ராஜராஜன் இந்த கோயிலைக் கட்டி முடித்ததும் அதைப் பராமரிக்க நல்கைகளை வழங்கியதுடன் பல பிராமணர்களை அதில் பணியாற்ற அழைத்து வந்தான். அவனது சகோதரி, மனைவிகளுடன் மற்ற அரசு அதிகாரிகளும் சேர்ந்து 60 செப்புத் திருமேனிகளைத் தஞ்சாவூர் கோயிலுக்குப் படைத்தார்கள் என்று கல்வெட்டுகளிலிருந்து அறிகிறோம்.

சுவேதாரண்யேஸ்வர கோயிலுக்கும் சோழ அரசர்களின் கொடை நிறையக் கிடைத்தது. நிலம், ஆடுகள் இவற்றை ராஜராஜன் அளித்தான். அவனது அரசிகள் செப்புச் சிலைகளையும், பொன், ஆபரணங்கள், வெள்ளிப்பாத்திரங்கள், நிலம், ஆடுகள் இவற்றையும் நன்கொடையாய் அளித்தனர். செம்பியன் மாதேவியும் சிலைகளுடன், வைரம் இழைத்த அணிகலன்களையும், வெள்ளிக் கலசங்களையும் அளித்தார் என ஒரு கல்வெட்டு கூறுகிறது.

கி.பி. 1300 சோழப் பேரரசு சரியத் தொடங்கி வலுவற்ற நிலையிலிருந்தபோது, தங்கமும் வைடூரியமும் கொழித்திருந்த பல கோயில்கள் இஸ்லாமிய சுல்தான்களின் கவனத்தை ஈர்த்தன. பெரும் சேனைகளைப் பாரமரிக்கப் பணத்தைத் தேடிக் கொண்டிருந்த அவர்களின் கண்களை இந்தக் கோயில்களிலிருந்த செல்வம் உறுத்தியது. ஆகவே அவர்கள் அடிக்கடி தென்னிந்தியா மேல் படையெடுத்து வந்தனர். கி.பி. 1310இல் மதுரையைத் தாக்கிய டில்லி சுல்தானின் தளபதி மாலிக் கஃபூர் 612 யானைகளையும் 2000 குதிரைகளையும், ஏராளமான தங்கத்தையும் முத்துக்களையும் கொண்டுசென்றார் என்பதை பார்னி (Barni) என்ற பயணி பதிவுசெய்துள்ளார்.

சுல்தான்களின் படைகள் திடீரெனவும் வேகமாகவும் தாக்கினார்கள். இத்தகைய தாக்குதல்களிலிருந்து பாதுகாத்துக் கொள்ளும் வழிகளைக் கோயில் நிர்வாகிகள் ஆராய்ந்தனர். பொக்கிஷங்களைக் காப்பாற்ற வேண்டுமே? சில செப்புச் சிலைகள் வேறு இடங்களுக்கு அனுப்பப்பட்டன. சில சிலைகள் அந்தக் கோயிலிலேயே ரகசிய அறைகளில் ஒளித்து வைக்கப்பட்டன. மறைத்து வைக்க அவகாசம் இல்லாதபோது கிராமப்புற வயல்களில் புதைக்கப்பட்டன அல்லது கோயில் குளங்களுக்குள் போடப்பட்டன. படையெடுத்தவர்கள் கோயிலில்களிலுள்ள அர்ச்சகர்களிடம் சிலைகளை ஒளித்து வைத்திருக்கும் இடத்தைக் காட்டுமாறு கொடுமைப்படுத்தினார்கள். பலர் கொல்லப்பட்டார்கள். தாக்குதலுக்குப்பின், சகஜ நிலை திரும்பிய பின்பு மறைவிடத்தில் வைக்கப்பட்டிருந்த சிலைகளைப் பக்தர்கள் திருப்பி எடுத்துக்கொண்டு வந்தனர். அவசரமாக மறைத்து வைத்ததாலும், அதை மீட்டுக்கொண்டு வந்தவர்களின் அறியாமையாலும் இந்தச் சிலைகளை ஒன்று சேர்த்து வைப்பதில் குழப்பம் ஏற்பட்டது. அதிலும், பெண் தெய்வச் சிலைகளுக்கு உருவநியதி குறைவாக இருந்ததால் பிரச்சினை அதிகமானது. ஒரு குறிப்பிட்ட சிலை எந்தக் குழுவைச் சேர்ந்தது என்று அறிவது சிரமம். இன்றுகூட பல கோயில்களிலும், அருங்காட்சியகங்களிலும் இந்தக் குழப்பத்தைக் காணலாம்.

சுவேதாரண்யேஸ்வரர் கோயில் அரச குடும்பத்தின் கவனத்தைப் பெற்றிருந்ததால், அது ஆபத்துக்குள்ளாகியிருக்கலாம். அக்கோவிலின் செப்புச் சிலைகளைப் பாதுகாக்க நிச்சயம் நடவடிக்கை எடுத்திருப்பார்கள். திருவெண்காடு கிராமத்திற்கருகே புதைக்கப்பட்ட சில சிலைகள் 1952, 1961ஆம் ஆண்டுகளிலும் பின்னர், 1979ஆம் ஆண்டிலும் கண்டறியப்பட்டன. அவை ஒரே சமயத்தில், ஆனால் வெவ்வேறு இடங்களில் புதைத்து வைக்கப்பட்டன என்றறிகிறோம். கல்வெட்டுகளில் குறிப்பிடப் பட்டிருக்கும் பல சிலைகளைக் கண்டறியப்பட இன்னும் வாய்ப்பு இருக்கின்றது.

திருவெண்காடு செப்புச் சிலைகள் மிகவும் சிறப்பு வாய்ந்தவை என்பதில் சிறிதும் ஐயமில்லை. படைக்கப்பட்ட ஆண்டு துல்லியமாகக் குறிப்பிடப்பட்ட பல சிலைகள் இன்றளவும் அங்கேயே இருக்கின்றன. கோயில்களுக்குச் செப்புச் சிலைகளைக் கொடையாக அளிக்கும் வழக்கத்தைப் பற்றிய விவரங்களை இவை நமக்குத் தருகின்றன. இந்தக் கோயிலிலுள்ள சிலைகள் குறுகிய காலகட்டத்தில் செதுக்கப்பட்டவையாகையால், அந்தக் காலப்பகுதியின் கூறுகளை இந்தச் சிலைகளில் என்னால்

ஐ. ஜோப் தாமஸ்

அவதானிக்க முடிந்தது. திருவெண்காடு செப்புச் சிலைகளின் பாணி என்ன, அதன் அம்சங்கள் என்ன என்பதையும் என்னால் கணிக்க முடிந்தது.

இந்நூலின் பேசுபொருளான இந்தச் சிலைகளைச் சார்ந்த கல்வெட்டுகளைப் பற்றியும் நான் இங்கு எழுதியிருக்கிறேன். சிலைகளைக் கொடையாகக் கொடுத்தவர்கள், சிலைகளைப் பராமரிக்க அளித்த நல்கைகள் இவற்றைப் பற்றி இந்த சாசனங்கள் கூறுகின்றன. சிலைகளுடன் கொடுக்கப்பட்ட ஆபரணங்களும் பாத்திரங்களும் காணாமல் போய் விட்டன. ஆனால், கல்வெட்டுகளில் அவற்றைப் பற்றிக் காணப்படும் துல்லியமான வர்ணனைகளைக் கொண்டு, அச்சிலைகள் படைக்கப்பட்டபோது எவ்வாறு தோற்றமளித்திருக்கக்கூடும் என்று அனுமானிக்க முடிகிறது.

இந்தக் கோயிலுக்கு ஆரம்ப ஆண்டுகளில் வந்த கொடைகள் திருவெண்காட்டு அருகிலே வசித்தவர்கள் அளித்ததுதான் என்று இச்சாசனங்களின் மூலம் அறிகிறோம். கோயில் பிரசித்தியடைந்த பின்னர் அரச குடும்பத்தாரும், கொடுங்கொளூர் போன்ற தொலைதூர இடத்தில் வாழ்ந்தவர்களும் கொடை செலுத்தினர்.

பக்தர்கள் பலர் தாமே முன்வந்து அறக்கட்டளைகளை ஏற்படுத்தினாலும், அதை எப்படி நிறுவ வேண்டும், எவ்வாறு தொடர்ந்து பாதுகாக்க வேண்டும் என்பவை பற்றிக் கோயில் நிர்வாகிகள்தான் அறிவுறுத்தினார்கள். தங்கம், நிலம், கால்நடை இவற்றைத் தானமாகப் பெறுவது என்பது கோயிலுக்குச் சொந்தமாக இருந்த விளை நிலம், மேய்ச்சல் நிலம், ரொக்கப் பணம் இவற்றைப் பொறுத்தே அமைந்தது. கி.பி. 1000 வாக்கில் ஒரு அறக்கட்டளையுடன் ஆடுகளையும், மாடுகளையும் ஒரு கோயில் ஏற்றுக்கொண்ட பின்னர் சிலர் மேய்ச்சல் நிலத்தையும் மாட்டுக் கொட்டகைகளையும் தானமாகக் கொடுத்தனர். இப்படிப்பட்ட பலவகையான நல்கைகளாலும் அதைத் திறம்பட நிர்வகித்ததாலும் கோயிலுக்குச் சீராக வருமானம் வந்துகொண்டிருந்தது.[1]

---

1. A.R. No. 470 of 1918. விளக்கு, கோட்டம், மாட்டுக் கொட்டகை இவைகளைப் பராமரிக்கக் கிராமங்களை நல்கையாகக் கொடுத்தது.

"............ திருவெண்காடுடையார் கொயில் எழுந்தருளி அருளும் தெவர்கணாய தெவற்க இத்திரு நாள் படி சிறப்பாக அமுது செய்தருள வேண்டும் அமுது படிகளுக்கும் பெரிய பிள்ளையார் அமுது செய்தருள திருப்பால் பொனகத்துக்கும் திருமடைப்பள்ளி புறமாகவும், திருவிளக்குப் புறங்களாகவும் திருநந்த வனப்புறங்களாகவும் திருக்கொசலைப்புறங் களாகவும் மட இறையில் ஆகவும் உள்ளிட்டுக்............."

மேற்கூறிய அவதானிப்புகள் எல்லாம் நமக்கு சுவேதாரண்யேஸ்வரர் கோயிலிலுள்ள கற்சாசனங்களிலிருந்து கிடைத்தவை. ஒரு கோயிலின் நிர்வாகம், கொடை அளித்தவர்களுடன் இருந்த உறவு என முழு விவரங்கள் பற்றித் தெரிந்து கொள்ள அந்தக் கோயில் அந்தப் பகுதியில் இருந்த மற்ற கோயில்களுடன் கொண்டிருந்த உறவு பற்றியும் நாம் அறிந்திருக்க வேண்டும். எனவே, இங்கு திருவெண்காடு கோயிலிலுள்ள செப்புச் சிலைகளைப்பற்றி மட்டுமே நான் எழுதுகிறேன்.

இதற்கு முன்னரே சிலர் இந்தக் கோயிலின் வரலாறு பற்றியும் அதன் சிலைகள் பற்றியும் ஆராய்ந்திருக்கிறார்கள். 1957இல் பம்பாயிலிருந்து வெளிவரும் *லலித்கலா* இதழ் 3 மற்றும் 4ல் இதழில் டி.என். ராமசந்திரன் எழுதிய 'திருவெண்காடு – சுவேதாரண்யா செப்புச் சிலைகள் (தஞ்சாவூர் மாவட்டம்)' என்ற கட்டுரையையும், 1959இல் ஆர். நாகசாமி எழுதிய 'திருவெண்காட்டில் புதிய செப்பு சிலைகள்' (*Transactions of the Archaeological Society of South India 1959–1960*) என்ற கட்டுரையையும் குறிப்பிட வேண்டும்.

இந்த நூலில், இந்தச் செப்புச் சிலைகளின் கலையழகு அம்சங்களையும், இந்தச் சிலைகளுடன் காணப்படும் மற்ற சில சிற்பங்கள் சுட்டிக்காட்டும் சில சமயப் பிரிவுகளைப் பற்றியும் பார்க்கலாம்.

3

ரிஷபவாகனதேவர்

தேவர்களுக்கு எதிராகப் போர்க்கொடி உயர்த்திய மூன்று அசுரர்களின் விண்ணுலகக் கோட்டையைத் தாக்கப் புறப்பட்ட சிவன், போகும் அவசரத்தில், தடங்கல்களை நீக்குபவரான விநாயகரை வணங்காமல் சென்றுவிட்டார். சடங்கு களை மறந்தால் கடவுளர்களுக்கும் அசம்பாவிதங்கள் நேரலாமே! அவரது ரதத்தின் அச்சு முறிந்துவிட்டது. நிலைதடுமாறிய சிவன், அருகிலிருந்த ரிஷபத்தின் மேல் கையூன்றிச் சமாளித்தார். சிவனின் ரதத்தை இழுக்க அங்கே காளை உருவில் விஷ்ணுதான் தோன்றியிருந்தார்.

ரிஷபதேவரின் செப்புச் சிலையொன்றை கி.பி. 1011ஆம் ஆண்டில் கடம்பன் கொலக்காவன் நிறுவினான் என்று சுவேதாரண்யேஸ்வரர் கோயில் கருவறையின் வெளிப்புறச்சுவரிலுள்ள ஒரு கல்வெட்டு விவரிக்கிறது. அடுத்த ஆண்டு, ராஜராஜ ஜனநாத தெரிஞ்ச பரிவாரம் எனும் வணிகக் குழுவைச் சார்ந்த எழுவர், தேவியின் சிலையைக் கொடையாக அளித்தனர்.[1] சிற்ப சாஸ்திரத்தில்

1. 457 of 1918 பார்வதி செப்புத் திருமேனியைக் கொடையாக அளித்தது பற்றிக் கல்வெட்டு

   ....ஸ்ரீராஜராஜ ஜனநாத தெரிஞ்சபரிவாரத்து அனதனூர் கிழவந் தெவற் சறபந் கண்காணி நாயகமாகவும் நாங்கூர் வட செரி வா........ ணநும் அவிசரணுத்து ....நாராயணநும் ...... க ......ரங்கனார் சாநும் யந்தெ ....சங்கரவா தூளிசுவர் நீலகண்டனும் தலைச்சங்காட்டு சாதகர்ணி குமாரம் பூதநும் துருக்க ......வரநும் ......யந் வடுகநும் சாதகர்ணி குமாரன் காணி கிடையாநும் சாதகர்ணி குமரஞ் சாத்தநும் தெ ......மாரங்கொ ......ம ...... வ]ஷஹவாஹநற்கு......நம்பிராட்டியாரை எழுந்தருளு...... ஷ கொண்டு எழுந்தருளுவித்த செப்புத்திருமெநி க ......"

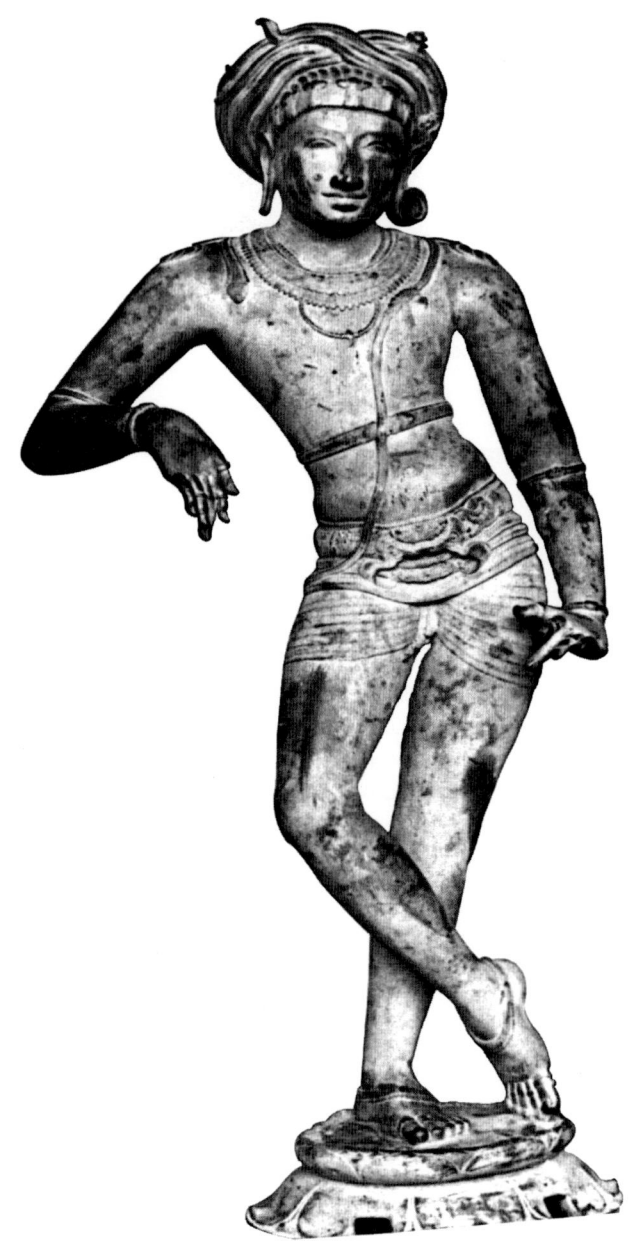

ரிஷபவாகனதேவர்

ரிஷபவாகனதேவர் பின்புறத் தோற்றம்

விதித்தபடி, காளையின் மீது சிவன் சாய்ந்துகொண்டிருப்பதுபோல் சிலை வடிவமைக்கப்பட்டுள்ளது. ஆனால், காளை உருவம் இப்போது இல்லை. ஒருவேளை தனியாகச் செய்யப்பட்டு இந்த இரு சிலைகளுடன் இணைக்கப்பட்டிருந்திருக்கலாம். அல்லது இல்லாமலேயே, பார்ப்போரின் கற்பனைக்கு விடப்பட்டிருந்திருக்கலாம்.

இச்சிலைகள் பிரதிஷ்டை செய்யப்பட்டபோது, சிவனின் அடையாளத்தை அவைகளுடனிருந்த காளைச்சிலை ஐயமின்றி காட்டியிருக்கும், ஆகவே சிவனின் மற்ற தோற்றவமைதி அடையாளங்கள் சிறியனவாகவே காட்டப்பட்டிருக்கின்றன. சிவனின் நீண்ட, திரண்ட கேசம், தலையில் முண்டாசு போலப் பல சுற்றுகளாகச் சுற்றப்பட்டிருக்கிறது. இந்தச் சடாமகுடம் அவிழ்ந்துவிடாமல் இருக்க அதற்கு மேலே ஒரு நெற்றிப்பட்டம் அணியப்பட்டிருக்கிறது. மலர்ந்த ஊமத்தம் பூ ஒன்று முடியில் சொருகப்பட்டுள்ளது. படமெடுத்த நல்லபாம்பு கேசத்தினூடே தெரிகிறது. இடது காதிற்குச் சிறிது மேலே பிறை நிலா. கைதேர்ந்த ஒரு சிற்பி சிவனின் இந்தத் தோற்றவமைதிகளை, துருத்திக்கொண்டு தெரியாதபடி, அவரது சடாபாரத்தினுள் வெவ்வேறு இடங்களில் அமைத்துள்ளார்.[1] கேசத்தின் கடைசிப் பகுதி அவரது பின் கழுத்தைத் தழுவிப் பரந்த தோள்களின் மீது படிந்துள்ளது. வரிசையாக உள்ள மயிர்க்கற்றைகள், நம் கவனத்தைக் கழுத்திலிருந்து தோளுக்குக் கொண்டு செல்கின்றன.

சிவனின் நெற்றியில் அலையலையாக உள்ள சடைமுடி அந்த அழுத்தமான முகத்தின் மீது நம் கவனத்தை ஈர்க்கிறது. நெறித்த இரு புருவங்களுக்கிடையே, நெற்றிக்கண் பொறிக்கப்பட்டுள்ளது. எடுப்பான நாசி, உயர்ந்த கன்னம், இவற்றுடன் புன்னகையுடன் கூடிய குவிந்த முகவாய் முகத்திற்கு ஒளியூட்டுகிறது. பனையோலை ஒன்றைச் சுருட்டினாற்போலுள்ள குதம்பை (பத்ரகுண்டலம்) எனும் காதணி வலது காதை அலங்கரிக்கிறது. அணிகலன் ஒன்றுமில்லாத, வளர்த்த இடது காது நீண்டு தொங்குகிறது.

ஒற்றைப் புலிநகப் பதக்கம் கொண்ட ஒரு சன்ன சங்கிலி, சிவனின் எடுப்பான மார்பை அலங்கரிக்கிறது. அதற்கு மேலே கண்டிகை ஒன்றும், சரப்பளி என்று அறியப்படும் அகலமான அட்டிகையும் அணிவிக்கப்பட்டுள்ளன. முழங்கைக்கு மேல் தோள்வளை, கைப்பட்டை, முப்புரி நூலான பூணூல், வயிற்றைச் சுற்றி வேலைப்பாடுடன் கூடிய உதரபந்தம் ஆகியவை காணப்படுகின்றன. பூணூலில் பிரம்மமுடிச்சு எனும் அலங்கரிப்பு இடது தோள் அருகே சித்தரிக்கப்பட்டிருக்கிறது. திரிபங்க தோற்றவமைதியில் சிவன் சாய்ந்திருப்பது, காளையின்

திமிலின் மீது அவரது வலது முழங்கை வைக்கப்பட்டிருப்பதை உருவகப்படுத்திக் காட்டுகிறது. அவரது தொடையைத் தொட்டுக் கொண்டு, கட்யவலம்பித முத்திரையில், தொங்கிய நிலையில் இடக்கை உள்ளது. இடையைச் சுற்றி அவரது வேட்டி இறுக்கக் கட்டப்பட்டிருக்கிறது. ஒரு அலங்கார இடுப்புப் பட்டை, சிங்க முகம் கொண்ட கொளுவியுடன், (clasp) வேட்டியைச் சுற்றி இருக்கிறது. துருத்திக்கொண்டிருக்கும் இடுப்புச் சதை பட்டையின் இறுக்கத்தைக் காட்டுகிறது. மெலிதாக, விறைப்பாக இல்லாமல் கால்கள் இயல்பாக இருக்கின்றன. நேராக ஊன்றப்பட்டிருக்கும் இடது கால் உடலின் எடையைத் தாங்குகிறது. அடுத்த கால், இடதுகாலிற்குக் குறுக்கே, லேசாக பாதத்தால் ஊன்றப் பட்டிருக்கின்றது.

பார்வதி

பார்வதி சிலையில் தனித்துவமான உருவ நியதிகளைச் சிற்பி காட்ட வில்லை. இப்படிமம் சிவனுக்கு இடது பக்கத்தில் இடம் பெற்றிருந்திருக்கும். தலையில் கரண்ட மகுடம் (சிறுபானைகளை ஒன்றன் மேல் ஒன்று கவித்தாற் போல்) மேற்புறம் குவிந்திருப்பது பார்வதியின் முகத்தைப் பிரதிபலிப்பது போலிருக் கிறது. ஆழமாகச் செதுக்கப் பட்ட புருவங்களும் குவிந்த முகவாயும் எழிலூட்டு கின்றன. கழுத்தில் தாலி அணிந்திருக்கிறாள். மார்புகளுக்குக் குறுக்கே முத்துக்களாலான பூணூல் புரள்கிறது. மெல்லிய இடை சிலையின் அழகைக் கூட்டிக் காட்டுகிறது.

பார்வதி, இடையில் அணிந்திருக்கும் சேலையைச் சுற்றியுள்ள மேகலையில்

கீர்த்திமுகம் கொண்ட கொளுவி உள்ளது. உடலோடு ஒட்டியபடி சித்தரிக்கப்படிருக்கும் சேலை, மெல்லிய கால்களின் வடிவமைப்பைக் காட்டுகிறது. வலதுபுறத்திலுள்ள சிவனை நோக்கி லேசாகச் சாய்ந்தபடி இருக்கிறாள் பார்வதி.

அவளது வலது கரம் ஒரு அல்லிப் பூவைப் பிடித்தபடி (கடகமுத்திரை) உள்ளது. இடது கரம் இயல்பாகத் தொங்குகிறது. அவளது கிரீடத்திலுள்ள அதே அலங்கார வடிவமைப்பு, மேல்கையிலுள்ள கடகத்திலும் காணப்படுகிறது. வளையல்கள் மணிக்கட்டை அலங்கரிக்கின்றன.

இரண்டு பதுமைகளின் உருவாக்கத்தில் ஒரு வருடம் இடைவெளி இருந்தாலும் உருவமைத்தது ஒரே சிற்பிதான் என்பது தெளிவு. முக அமைப்பும், அங்க வடிவமைப்பும் ஒரே மாதிரி இருக்கின்றன. தனித்தனியாக வடிவமைக்கப்பட்டவை என்றாலும், இணையாக இருக்கவே செய்யப்பட்டவை என்பதில் ஐயமில்லை. இரு சிற்பங்களாக இருந்தாலும் நிற்கும் நிலை ஒரே மாதிரியாக உள்ளது. இன்னும் சொல்லப்போனால், இந்தச் சிலைகளில் எதைத் தனியாக வைத்தாலும் முழுமையற்றே தோன்றும். எழிலார்ந்த, எளிமையான தோற்றம் கொண்ட இந்த இணைப் பிரதிமைகள் சோழச் சிற்பங்களிலேயே உன்னதமான படைப்புகளுள் ஒன்று.

4

அர்த்தநாரீஸ்வரர்

சிவனின் ஒரு வடிவம் பெண்ணும் ஆணுமாகிய ஒருருவமான அர்த்தநாரீஸ்வரர் (அர்த்த–பாதி, நாரி–பெண்). மாதொருபாகன் என்றும் அறியப்படும் இந்தக் கடவுளைப் பற்றிய தொன்மங்கள் சிலவற்றில் ஒன்று பிரிங்கி முனிவரைப் பற்றியது. சிவனைத் தீவிரமாக வழிபட்டுவந்த முனிவருக்கு அவரை மட்டும் வலம் வந்து வணங்கத் தணியாத ஆசை. ஆனால் சிவனுடன் பார்வதி மிக நெருங்கி அமர்ந்திருந்ததால் சிவனை மட்டுமே சுற்றி வழிபடுவது இயலாததாக இருந்தது. நிலைமையைச் சமாளிக்க பிரிங்கு முனிவர் ஒரு வண்டு வடிவமெடுத்து, இருவருக்கும் நடுவில் நுழைந்து சிவனை மட்டும் சுற்றி வந்தார். இதைப் பார்த்த பார்வதி வெகுண்டு, கடுந்தவத்தை மேற்கொண்டார். தன் துணைவியின் தீவிரத்தை உணர்ந்த சிவன், அவரைத் தன் பாதியாக ஏற்றுக்கொண்டு மாதொருபாகனாக உருக்கொண்டார்.

இன்னொரு தொன்மமும் உண்டு. படைப்புப் பணியில் முடக்கம் ஏற்பட்டதை உணர்ந்த பிரம்மன், சிவனின் உதவியை நாடினார். சிவனும் சக்தியைத் தன்னுடன் சேர்த்துக்கொண்டு ஆண், பெண் தெய்வீக அம்சங்களையும் ஒரு உருவில் சேர்த்தார். அர்த்தநாரீஸ்வரர் உருவானார். அவர் சிவன், இவள் சக்தி. அவர் ஆண், இவள் பெண். இந்தச் சேர்க்கையில் இத்தகைய எதிர்மறைகள் பல இருக்கின்றன. அவர் பகல், இவள் இரவு. அவர் பேச்சு, இவள் அதன் பொருள். இவ்வாறான எதிர்மறைகளை ஒன்றிணைத்து உருவான இறைவடிவம் மாதொருபாகன்.

அர்த்தநாரீஸ்வரர்

அர்த்தநாரீஸ்வரர்

இக்கோயிலிலுள்ள மாதொருபாகன் செப்புச் சிலைக்குக் கொடையாக அளிக்கப்பட்ட அணிகலன்களைக் கி.பி. 1047இல் பொறிக்கப்பட்ட கல்வெட்டு பட்டியலிடுகிறது. பிரதிமை நிறுவப்பட்டவுடனேயே இம்மாதிரியான கொடைகள் அளிக்கப் படுவது வழமை.

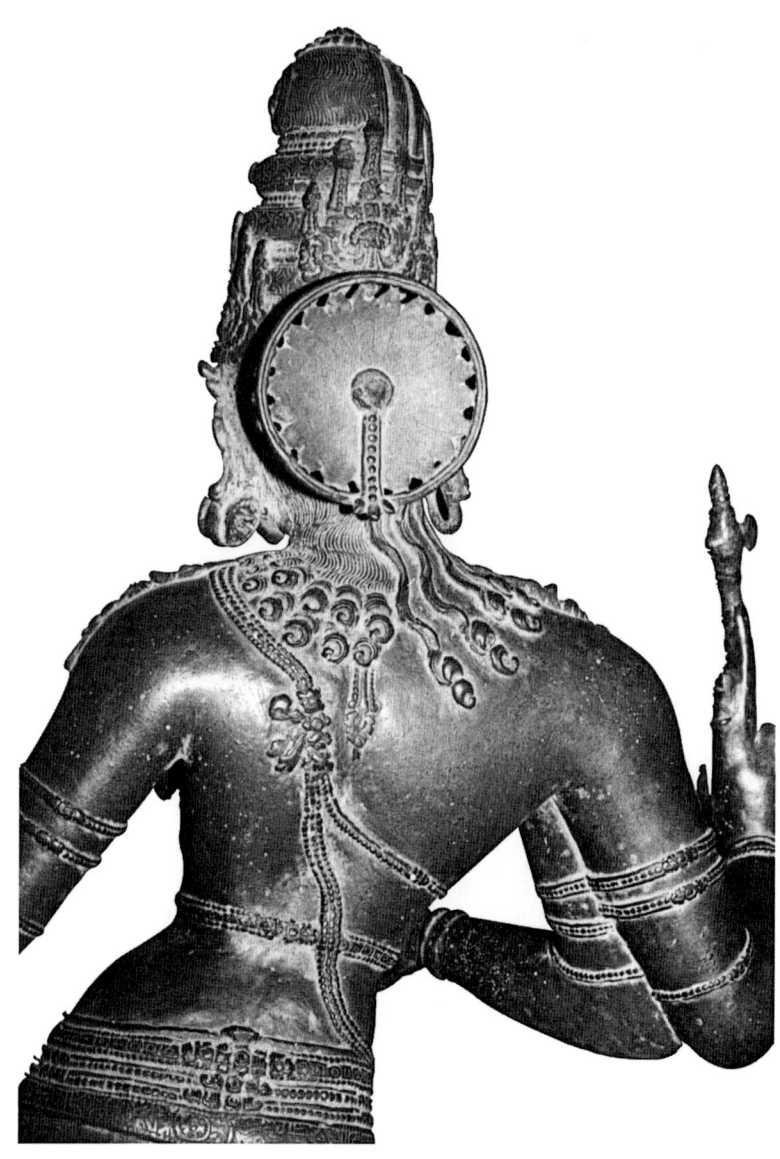

அர்த்தநாரீஸ்வரர் பின்புறம்

ஆண், பெண் என முற்றிலும் வேறுபட்ட வெவ்வேறு வடிவங்களாயினும் அவை இணைந்து ஒரு உருவமானபோது ஒரே பிரதிமை போன்ற தோற்றத்தைச் சிற்பி திறம்பட உருவாக்கியுள்ளார். வெவ்வேறு பாதிகளின் உடலமைப்பிலும்

அணிகலன்களிலும் தேர்ந்த கவனம் செலுத்தப்பட்டிருக்கிறது. பார்வதியின் தோற்றவமைதி இருஉடல்நெளிவுகளுடன் (துவிபங்கு) இருக்கையில் சிவனது உடல் மூன்று நெளிவுகளுடன் (திரிபங்கு) கூடிய நிலையில் உள்ளது.

சிற்ப சாஸ்திர நியதிகளின்படி சிவனுக்கு இருக்க வேண்டிய சடாமகுடமும் பார்வதி அணிந்திருக்க வேண்டிய கரண்ட மகுடமும் இரு பாதிகளாகச் சித்தரிக்கப்பட்டுள்ளன. குறுகிய நெற்றி, கயல்விழிகள், மெலிதான உதடுகள் எனப் பார்வதியின் முகம் சிவனின் முகத்தினின்று வேறுபட்டிருந்தாலும், சிற்பத்தில் ஒரே முகம் போலவே தோற்றமளிக்கிறது. கழுத்தில் உள்ள அணிகலன்களில் வேறுபாடு தெரிகிறது.

இந்து மதச் சிற்பங்களின் மூலதெய்வம் நான்கு கரங்களுடனும், மற்ற தெய்வங்கள் இரு கரங்களுடனும் இருப்பது நியதி. அதன்படி, இச்சிற்பத்தில் சிவனின் பகுதியில் அந்த நான்கு கரங்களில் இரு கரங்களும், பார்வதியின் பகுதியில் ஒரு கரமும் காட்டப்பட்டுள்ளன. உறுதியாகத் தோற்றமளிக்கும் சிவனின் இவ்விரு கரங்களில் ஒன்று காளைமேல் ஊன்றப்பட்டிருப்பது போலுள்ளது. பின்கை மழு ஒன்றை ஏந்தியுள்ளது. இருவரின் முன் கரங்களிலும் அலங்காரமான தோள்வளைகள் (கேயூரா) உள்ளன. பார்வதியின் கரம் மெலிதாகச் சற்றே மேற்புறமாக நளினமாக வளைந்திருக்கிறது. பார்வதியின் மேலுடலுக்குத் திரண்ட மார்பு, மெலிந்த இடை எழிலூட்டுகின்றன. சிவனது பரந்த மேலுடல் வலிமையைக் காட்டுகிறது. மூன்று கைகளின் விரல்களைப் பல மோதிரங்கள் அலங்கரிக்கின்றன.

இடையைச் சுற்றியிருக்கும் ஆடையை மேகலை அலங்கரிக் கிறது. சிவனின் இடுப்பில் சிற்றாடை, திரண்ட தொடை தெரிய இறுக்கக் கட்டப்பட்டுள்ளது. கால் சற்றே வளைந்து இயல்பாக நிற்பது போலுள்ளது. நேரான, மெலிதான பார்வதியின் காலைப் பல அலைகள் போன்ற மடிப்புகள் கூடிய லேசான புடவை சுற்றியிருக்கிறது. சிற்பத்தின் இரு கால்களிலும் கொலுசுகள் அணிவிக்கப்பட்டுள்ளன.

இந்த உயிர்த்துடிப்புள்ள சிற்பத்தில் பார்வதியின் பக்கம் நின்று பார்த்தால் சிலை பார்வதி போன்றும், மறுபுறம் நின்று பார்த்தால் சிவன் போன்றும் தோன்றும் காட்சிப்பிழையைத் தோற்றிவித்தது சிற்பியின் அற்புதத் திறமையே!

5

பைரவர்

சிவனின் கோபமான, ஆவேச வடிவமே பைரவர். ஒருமுறை பிரம்மாவுக்கும் சிவனுக்கும் நடந்த துவந்தப் போரில், சிவன் சிந்திய ஒவ்வொரு துளி ரத்தத்திலிருந்தும் கொடிய ஆயுதமொன்றை ஏந்திய பைரவர்கள் உருவானார்கள் என்கிறது *சிவபுராணம்.* இந்தப் பைரவர் படை சிவனுடன் சேர்ந்து போரிட்டுப் பிரம்மாவை வீழ்த்தியது. பைரவர் உருவானதைப் பற்றிச் சிறுசிறு வேறுபாடுகளுடன் இதுபோல பல கதைகள் உண்டு. எல்லா சிவன் கோயில்களிலும் பைரவருக்கு இடமிருக்கும். தன்னுடன் எப்போதும் இருக்கும் அந்த நாயுடன் அவர் கோயிலையும் அதிலிருக்கும் பொருட்களையும் பாதுகாத்துக்கொண்டிருக்கிறார் என்பது ஐதீகம். கோயிலிலிருக்கும் அணிகலன்களை யாராவது திருட நினைத்தால் அவர் பைரவரின்கோபத்துக்கு ஆளாவார்.

ராஜராஜனின் ஆட்சிக் காலத்தின் 20ஆம் ஆண்டு, அதாவது, கி.பி. 1005இல், அரசிகளில் ஒருவரான சோழமாதேவி ஒரு தங்கக் கபாலத்தை திருவெண்காடு கோயிலுக்குக் கொடையாக அளித்தார் எனக் கல்வெட்டு ஒன்றின் மூலம் அறிகிறோம்.[1] இக்கோயிலிலுள்ள பிச்சாண்டவர்,

---

1 111 of 1896. தங்க கபாலத்தைக் கொடையாக அளித்ததை அறிவிக்கும் கல்வெட்டு.

திருமகள்பொல பெரு(நி)லச் செல்வியு ஷெ[ந*]க்கெ உரிமை
பூண்டமை மன[க்*] – கெ[ா*]ள [கா]ஷெளு–
ச்சாலை கலமறுதருளி வெங்கைனாடுங் கங்கபாடியும்[2]
னுளம்பபாடியும் தடிகைபாடி – யு[ம்*]

காளி இவர்களின் செப்புச் சிலைகளிலும் இடது முன் கரத்தில் கபாலப் பேழை இருந்தாலும், அரசி கொடுத்த பேழையானது பைரவர் படிமத்திற்கே உரியது என்பது என் அனுமானம். தோற்றவமைதியின் அடிப்படையில் காளிப் படிமம் சற்று முந்தைய காலத்தது. பிச்சாண்டவர் படிமம் 1045இல் இக்கோயிலில் இடம்பெற்றது என்று ஒரு கல்வெட்டு கூறுகிறது. ஆகவே, சோழமாதேவியின் கொடை பற்றிய செய்தியின் அடிப்படையில், இந்தப் பைரவர் படிமம் 1005இல் செய்யப்பட்டது என்ற முடிவுக்கு வரலாம்.

சிற்ப நூல்கள் அறுபத்திநான்கு வகையான பைரவர்களைப் பற்றி விவரித்தாலும், நாம் கோயில்களில் பொதுவாகக் காண்பது வடுக, காலா, சுவர்ணகர்சனா என்ற மூன்று வகைகள்தான். முதல் இரண்டு வகை பைரவர்களுக்கு நான்கு கரங்கள். ஆனால், இக்கோயிலிலிருக்கும் வடுக பைரவருக்கு எட்டுக் கரங்கள். சிற்ப நியதிகளுக்கேற்ப இவர் ஒரு மண்டையோடு கொண்ட மழு ஒன்றையும், பாசக்கயிறு, திரிசூலம், உடுக்கை, பாம்பு, மண்டையோடு, ஒரு துண்டு சதை இவற்றைக் கைகளில் வைத்திருக்கிறார். ஒரு கை பாதுகாப்பிற்கு உத்திரவாதம் அளிக்கும் அபய முத்திரையில் இருக்கிறது. எல்லாப் பைரவர் சிலைகளிலும் இந்தக் கூறுகளைக் காண முடியாது. சிலவற்றில் மட்டுமே. அது சிற்பியின் முடிவைப் பொறுத்தது.

பிரதிமையின் எல்லா அம்சங்களும் காண்பவருக்கு நன்றாகத் தெரியும்படி எட்டுக் கரங்களுடைய பைரவர், முன்னோக்கி இருக்கிறார். சிற்பத்தின் உயரத்தைக் கூட்டிக்காட்ட, அவர் நிற்கும் பீடம் சற்றுப் பெரிதாக உருவாக்கப்பட்டுள்ளது. இந்தப் பீடத்தில் அவர் நிர்வாணமாய் நிற்கிறார். நேராக நின்றாலும் இடது கால் சற்று வேறுபட்டு ஊன்றப்பட்டிருக்கிறது.

குடமலைநாடுங் கொல்லமுங் கலிங்கமு[ங்*] வண்டமர் பொழிலணிவாள்கொள

[ளி சி]று – துறை எ[ண்]

டிசை புகழ்தர ஈழமண்டலமு திண்டிறல் வென்றித் தண்டாற் கொண்ட தன்னெழில் வள[ர்]

ஊழியு ளெல்லா யாண்டு தொழுதகை விளங்கும் யாண்டெ செழியரைத்தெசுகள்[ஸ்ரீ]–

கொவிராஜராஜ ராஜ கெளரிவநராகிய ஸ்ரீராஜராஜதேவதற்கு யாண்டு ய ஆவது நாள்

சு–னால் உடையார் ஸ்ரீ[ராஜரா]ஜதேவர் நம்பிராட்டியார் திட்டைபிராசெ[த]ரு

– ம[ானா]ராந சொழ –

மஹாதேவியார் ஸ்ரீதிரு[வெண்]காடதெவர்க்கூ தந்த பொன்நின் கபாலம் க இ . . . . . . சி நிறை

சயிரு இ[து] பட்டன் [ெ]காவிஞ்சு நெழுத்து[11]

பைரவர்

ஐ. ஜோப் தாமஸ்

பைரவர் பின் தோற்றம்

முன்னிரு கைகளில், இடது கையில் சிறு மண்டையோட்டுப் பேழை உள்ளது. வலது கை அபய முத்திரையில் காட்டப்படுகின்றது. மேலும், ஆறு கரங்களை உருவத்தில் சேர்ப்பது சிற்பிகளுக்கு ஒரு சவாலாக இருந்திருக்கும். இந்தக் கைகளை உடலின் வெவ்வேறு தளங்களில் வைத்துப் பிரதிமையை உருவாக்கியிருக்கிறார்கள். ஒரு நதியிலிருந்து பிரியும் கிளையாறுகள்போல் இக்கரங்கள் அமைக்கப்பட்டுள்ளன. அவற்றின் சிறு ஓடைகள் போன்ற விரல்களில் இவை முடிகின்றன. வலது பின்கையில் உடுக்கையும், இடதில் மணியும் உள்ளன. கீழேயுள்ள இரு பின்கரங்களிலும் உபகரணம் ஒன்றுமில்லை. அவை 'சிங்கத்தின் காது' (சிம்மகர்ண) போன்ற முத்திரையில் உள்ளன.

கழுத்திலிருந்து கணுக்கால்வரையில் மண்டையோடுகளால் ஆன நீண்ட மாலை ஒன்று தொங்குகிறது. முறுக்கப்பட்ட சர்ப்பங்களாலான பூணூல் நெஞ்சுக்குக் குறுக்கே அணியப்பட்டுள்ளன. இடுப்பைச் சுற்றி ஒரு கச்சைபோல் உள்ள இரு நாகங்களின் படமெடுக்கும் தலைகள்? இரு தொடைகளைத் தொட்டுக்கொண்டிருக்கின்றன. கால்களில் கொலுசுகள்.

நெரித்த புருவங்களின் கீழ் பிதுங்கும் விழிகள், துருத்திக் கொண்டு தெரியும் இரு கோரைப்பற்கள் இவற்றுடன் கூடிய அந்தத் தீர்க்கமான முகம்தான் பார்ப்போரின் கவனத்தை முதலில் ஈர்ப்பது. தலையில் கொண்டைபோல் வாரி அணியப்பட்டிருக்கும் பைரவரின் சடாமுடியைச் சுற்றியுள்ள ஒரு படம் எடுக்கும் நாகம், நெற்றிக்கு மேல் ஒரு அணிகலன்போல் சித்தரிக்கப்பட்டுள்ளது. சிவனின் மற்ற வழமையான சின்னங்களான பிறைநிலா, ஊமத்தம்பூ, நாகம், கபாலம் இவற்றுடன், பரந்த தீப்பிழம்புகள், ஒரு இலையின் வடிவில், ஒரு ஒளிவட்டம்போலத் தலையின் பின்பக்கம் உள்ளன.

பைரவரின் இந்தக் கோலத்தின் மூலம் பெருத்தத் தாக்கத்தைச் சிற்பி உண்டாக்குகிறார். மாலைகள், சர்ப்பங்கள் இவற்றால் அலைகள்போல் உருவாக்கப்படும் கோடுகள் இப்பிரதிமையின் உக்கிரத்தைக் குறைக்கின்றன. பாம்பு, மண்டையோடுகள், தீப்பிழம்பு இவற்றின் ஊடேஒரு தேர்ந்த, அழகிய வடிவமைப்பை கூர்ந்து கவனித்தால் நாம் காண முடியும்.

6
காளி

சங்ககாலத்தில் பெண் தெய்வங்கள் சக்திவாய்ந்தவையாகப் பார்க்கப்பட்டன. **சிலப்பதிகாரத்தில்** உள்ள கொற்றவைபற்றிய குறிப்புகள், சடங்குகள்பற்றிய விவரங்கள் கி.பி. 3ஆம் நூற்றாண்டில் இத்தெய்வத்தின் வழிபாடு பரவலாக இருந்தது என்பதைக் காட்டுகின்றன. சிந்தாந்தங் களால் கட்டப்பட்ட வைதீக சமயப் பெண் தெய்வங் களைப் போலல்லாமல், தமிழ்ப் பெண் தெய்வங்கள் மக்களின் அன்றாட வாழ்வுடன், பிரச்சினை களுடன் இணைந்திருந்தார்கள். ஒவ்வொரு நாளின் இன்னல்களைத் தீர்க்கவும், நோயினின்று அவர்களை மீட்கவும், பசு சிரமமின்றிக் குட்டி ஈனவும், நல்ல அறுவடை கிடைக்கவும் பெண் தெய்வங்களை மக்கள் வேண்டிக்கொண்டனர். அப்போதுதான் அடிக்கப்பட்ட ஆட்டின் இறைச்சி, கள் போன்றவை கிராம எல்லையில் இருந்த இக்கடவுளருக்கு உணவாகப் படைக்கப்படும்போது, அவர்கள் அவற்றை விரும்பி ஏற்றுக்கொள்வதாக நம்பிக்கை. கிராமத்து மக்களுக்கு அவர்கள் தாயாக விளங்குகின்றனர்.

வைதீக இந்து சமயம் தெற்கே பரவி, சமஸ்கிருதம் புனித மொழியாக்கப்பட்ட பின், இந்தக் கடவுளர்கள் பின்தள்ளப்பட்டு 'கிராம தெய்வங்கள்' ஆனார்கள். ஆனால் தாய் போற்றும் தென்னிந்தியக் குடியானவ, சமுதாயத்தில் காளி தனது இடத்தைத் தக்கவைத்துக் கொண்டாள். சோழர்காலக் கல்வெட்டுகள் பல அங்கிருக்கும் துர்க்கை, ஜேஷ்டை, பிடாரி, நங்கை போன்ற தெய்வங்களின் கோயில்களைக் குறிப்பிட்டுத்தான் அவ்வூர்களின் எல்லையைக் குறிப்பிடுகின்றன.

காளி

காளி பின்புறத்தோற்றம்

தஞ்சாவூரில் விஜயாலயன் எடுப்பித்த ஒரு சிறு கோயிலில் உள்ள நிதம்பசூதனி இம்மாதிரியான ஒரு சிறுதெய்வம்தான் என்றும், பின்னர், வைதீகக் கோயிலில் இடம்பெற்றாள் என்றும் அறிகிறோம்.

உக்கிரமான சிவனின் பெண் வடிவமான காளிக்குத் துர்கை, மகிஷாசுரமர்தினி, பைரவி, சாமுண்டி எனப் பல தோற்றங்கள் உண்டு. சிற்ப சாஸ்திரங்களிலும் பொதுவான கலைப் படைப்புகளிலும் அவள் கோரமாக, ஆங்காரமாக, ரத்த வெறிகொண்டதுபோல் காட்டப்படுகிறாள். ஆண் கடவுளர் சிலரை விடப் பலம் பொருந்தியவளாகக் காட்டப்படுவதாலும், அவள் பெண்ணாயிருப்பதாலும் தாந்த்ரீகப் பாரம்பரியத்துடன் சேர்த்துப் பார்க்கப்படுகிறாள்.

காளி, ஒரு காலை மடித்து, மற்றொன்றைக் கீழே தொங்க விட்டுக்கொண்டு ஒரு பீடத்தின் மேல் இளைப்பாறுவது போல் இந்த 45 செ.மீ. செப்புத் திருமேனி வடிவமைக்கப்பட்டுள்ளது. அவளுடைய ஆக்ரோஷமான முகம் பைரவரின் முகத்தைப் போல இருக்கிறது. தலைக்குப் பின்னிருந்து எழும் தீப் பிழம்புகள் ஒரு ஒளிவட்டம்போல் காட்சியளிக்கின்றன. நாகப்பாம்பு, மண்டையோடு, ஊமத்தம்பூ, பிறை நிலா இவை கூந்தலை அலங்கரிக்கின்றன. கண்கள் துருத்திக்கொண்டிருக்க, நாசித்துவாரங்கள் விரிந்திருக்கின்றன. உதடுகளூடே கோரைப்பற்கள் நீட்டிக்கொண்டு வெளியே தெரிகின்றன. ஒரு சவம் போன்ற வடிவுடைய காதணி (பிரேதகுண்டலம்) அணிந்திருக்கிறாள். வலது, இடது பின்கரங்களில் சூலம், அங்குசம் இருக்கின்றன. முன் வலது கை பாதுகாப்பளிக்கும் அபயச் சின்னமாக இருக்கிறது. முன் இடது கையில் ஒரு சிறிய கபாலம் உள்ளது.

காளியின் உக்கிரம் அவளது பெண்மையின் வெளிப்பாட்டால் மட்டுப்படுத்தப்படுகிறது. நளினமான, உருண்ட தோள்கள், அழகான கைகள், பருத்த முலைகள், மெலிந்த இடை இவற்றைக் கவனிக்காமல் இருக்க முடியாது. அச்சமூட்டும் சூலம், அங்குசம், கபாலம் போன்ற உபகரணங்கள் மென்மையான உள்ளங்கையில், நீண்ட மெலிதான விரல்களால் ஏந்தப்பட்டிருக்கின்றன. நச்சைக் கக்கும் நல்லபாம்பு அவளது மார்பில் கிடக்கிறது. பிணங்களால் ஆன முண்டமாலை நெஞ்சில் புரளுகிறது. அழகும் பலமும் மென்மையும் பயங்கரமும் இந்த உருவில் கலந்திருக்கின்றன.

இவளது முகம், எரிதழல் இவற்றைக் கவனித்தால், பைரவர் செப்புத் திருமேனியைச் செய்த அதே சிற்பிதான் இதையும் உருவாக்கியிருப்பார் என்ற எண்ணம் மேலிடுகிறது.

7

பிச்சாண்டவர்

ஒருமுறை கோபத்தின் உச்சத்தில், பிரம்மனின் நான்கு தலைகளில் ஒன்றைச் சிவன் கொய்து விட்டதால் பிராமணன் ஒருவனைக் கொன்ற பிரம்மஹத்தி என்ற பாவத்திற்கு ஆளாகினார். இந்து சாஸ்திரப்படி செய்த குற்றத்தை ஒருவன் வெளிப்படையாக ஒப்புக்கொண்டால் அதன் கடுமை குறையும். கடுந்தவம் மேற்கொண்டு இறந்தவனின் மண்டையோட்டைப் பிச்சைப் பாத்திரமாக ஏந்தி, யாசித்துக்கொண்டு பன்னிரெண்டு ஆண்டுகள் திரிய வேண்டும். அது மட்டுமல்ல. இந்தத் தவம் மேற்கொள்பவனுக்கு, அந்தரங்கத்தை மறைக்க ஒரு சிறு துண்டுத் துணி தவிர வேறு எந்த விதமான உடைமையும் இருக்கக் கூடாது. சிவனோ நல்லபாம்பொன்றை மட்டும் இடுப்பில் சுற்றி, தனது அந்தரங்கத்தை மறைக்கிறார். ஆனால், பாம்பு விலகி விட்டதால், அவர் முழு நிர்வாணமாகக் காட்சி தருகிறார்.

இன்னொரு சந்தர்ப்பத்திலும் சிவன் பிச்சாடனர் வடிவம் எடுத்தது உண்டு. எந்தவொரு குற்றத்திற்கும் பரிகாரமாக அல்ல; தாருகவன ரிஷி பத்தினிகளை வசியப்படுத்துகிறவராக அவர் விஷ்ணுவுடன் சேர்ந்து நடத்திய ஒரு உத்தி. மோகினி வேடமெடுத்து ரிஷிகளை மயக்க விஷ்ணு முயன்றார். சிவனோ பிச்சாடனர் வடிவெடுத்து அவர்களது மனைவிகளைக் கவர முயன்றார்.

தமிழகத்தில் பரவி வேரூன்றியிருந்த சமண சமயத்தின் தாக்கத்தால் சிவனின் இந்த வடிவம் உருவானது என்று கருத இடமிருக்கிறது. திகம்பர

பிச்சாண்டவர்

பிச்சாண்டவர்

சமணத் துறவிகள் ஆடை ஏதுமின்றி அம்மணமாகப் பிச்சைப் பாத்திரத்தை ஏந்தியபடி, மயில் தோகை விசிறிகளைக் கையில் கொண்டு, தெருவில் நடந்து சென்றது ஒரு அன்றாடக் காட்சியாக இருந்திருக்கலாம். நிர்வாணமாக, கையில் மயில் தோகையுடன் பிச்சைப் பாத்திரத்தை ஏந்தியபடியிருக்கும் சிவனும், கோவணம் மட்டுமே கட்டிய பழனி முருகனும் சமண உருவங்களை நினைவுபடுத்துகிறார்கள்.

கி.பி. 1045ஆம் ஆண்டில் அமலன் செழியவாயார் என்பவர் பிச்சாண்டவர் செப்புத் திருமேனியை இந்தக் கோயிலுக்கு உபயமாக அளித்தார் என்று கல்வெட்டு மூலம் அறிகிறோம். அவரைப் பற்றி வேறெந்த விவரமும் கிடைக்கவில்லை. காளி, பைரவர், பிச்சாண்டவர் சிலைகள் இங்கு இருப்பது இந்தக் கோயிலுடன் கபாலிகர்களுக்குத் தொடர்பு இருந்திருக்கலாம் என்பதைக் காட்டுகிறது.[1]

மெல்ல நடப்பது போன்ற உருவமைதியில் பிச்சாண்டவர் சிலை வடிவமைக்கப்பட்டிருக்கிறது. அணிந்திருக்கும் செருப்பிலிருந்து வலது குதிகால் சற்றே உயர்ந்திருப்பது அவர் நடப்பதைக் காட்டுகின்றது. காதணிகளும் கழுத்திலிருக்கும் ஆரமும், முழங்கால் சற்று முன்னெடுக்கப்பட்டிருப்பதும் நடையின் நகர்வைக் காட்டுகின்றன. சதைப்பற்றுள்ள கன்னங்கள், மிருதுவானதாகத் தோன்றும் மோவாய் இருந்தாலும் முகம் ஒரு இறுக்கமான பாவனையைப் பிரதிபலிக்கிறது. எடுப்பாக இருக்கும் நெற்றிக்கண் அவரது தீர்க்க சுவாபத்தைக் காட்டுகிறது. குறுகிய கண்கள் தொலைவில் எதையோ பார்ப்பதுபோல தெரிகிறது. நாசித்துவாரம் சற்றே விரிவடைந்து, உதடுகள் இறுக மூடியிருக்கின்றன. இடது காதில் பத்ரகுண்டலம் எனும் காதணியும், வலது காது வெறுமையாகவும் இருக்கின்றன. தலையின் பின்னிருந்து எழும் தீப்பிழம்புகள் ஒரு கிரீடம்போல்

---

1. 450 of 1918. அமலன் செழிவாயர் பிச்சாண்டவர் செப்புச்சிலையை நிறுவியது பற்றிய கல்வெட்டு.

"திருவடிக்கொட்டும் அமலந் செழியவாயார் முந்பு இக்கொயிலில் எழுந்தருளுவித்த பிச்ச தெவற்கு வெண்டும் நிவந்தங்களுக்கு ......"

450 of 1918. பிச்சாண்டவர் சிலையை பராமரிக்க, அதற்கு நிலமும் தங்க, வெள்ளி ஆபரணங்களும் அளித்தது பற்றிய கல்வெட்டு

"திருமடைப்பள்ளிப் பெண்டாட்டி திருவடி ......அ......மலர் செயயவாயார் பிச்சதெவர்க்கு பொற்றி திருவர் சிகை ஆகச்சார்த்தி அருளக்குடுத்த செ...... நிறைபொந் ...... நம் பதிந்கழஞ்சம் மாமத ... பொந்முப்த்தெண் கழஞ்செ இரண்டு மஞ்சாடியுங் குற்றியும் ஆகக்காசுநிறை பொந் எண்ணூற்று எண்பத்தெண் கழஞ்செ இரண்டு மஞ்சாடியுங் குற்றி இவர்பகம் ...... அஅ ......ராஜராஜ நா ...... பாறவந் ....பல்லவரையந் குடுத்த ருஷராக்ஷவடம் ...."

பிச்சாண்டவர் பின் தோற்றம்

அமைந்துள்ளன. நாற்புறமும் கலைந்து பரந்திருக்கும் தலைமுடி அவரது இறுகிய முகத்திற்கு ஒரு பொருத்தமான பின்புலமாக அமைந்துள்ளது. உக்கிரமான தோற்றமுடைய பைரவர், பிச்சாண்டவர், காளி இவர்கள் எல்லோருமே தலைமுடியையே கிரீடமாகக் (சடாமகுடம்) கொண்டவர்கள். வழக்கம் போல இளம்பிறை, நல்லபாம்பு, மண்டையோடு, ஊமத்தம்பூ இவரது தலையில் காணப்படுகின்றன.

இளம்பிறைக்குக் கீழே, தலையைச் சுற்றிக் கட்டப்பட்ட மெலிதான துணி இழை காணப்படுகிறது. மற்ற செப்புச் சிலைகளில் இல்லாத இந்தத் துணி இழையைச் சிற்பி இங்கே காண்பிப்பதற்கு ஒரு காரணம் உண்டு. இந்தச் சிலையை உருவாக்கும்போது கூந்தல் தனியாக வார்க்கப்பட்டது. பின்னர், அது தலையின் பின்பக்கம் பொருத்தப்பட்டது. சிலைக்கு முன்னின்று பார்த்தால் சிவனது தலைமுடி இந்தத் துணி இழையால் இறுகக் கட்டப்பட்டிப்பது போன்ற தோற்றம் அளிக்கின்றது.

பிச்சாண்டவரின் பரந்த தோள்கள் நான்கு கைகளுக்கும் இடமளிக்கின்றன. நீட்டப்பட்டிருக்கும் இடது கை மண்டை யோட்டை ஏந்தியிருக்கிறது. வலது கை துள்ளிக் குதித்து, கூட வரும் மானுக்கு இலையைக் கொடுப்பது போலிருக்கிறது. சூலம் காட்டப்படவில்லை என்றாலும் பின் இடது கரம் அந்த ஆயுதத்தைப் பிடித்திருப்பதுபோல் அமைக்கப்பட்டிருக்கிறது, பின் வலது கரத்தில் உடுக்கை ஏந்தப்பட்டுள்ளது. புஜங்களில் தோள்வளைகளும் மணிக்கட்டில் வளையல்களும் அணி செய்கின்றன. உடுக்கை போன்ற பொருட்களைப் பிடித்திருக்கும் அவரது மெல்லிய விரல்களை சிற்பி நளினமாக வடிவமைத் துள்ளார்.

கழுத்தில் கண்டிகையுடன் இரு சங்கிலிகள், மார்பின் குறுக்கே பூணூல், வயிற்றுக்கச்சை போன்றவற்றை அணிந்திருக்கிறார். இடுப்பைத் தழுவியிருக்கும் பாம்பு, தனியாக வார்க்கப்பட்டுப் பின்னர் தொங்குவதுபோல் சுற்றப்பட்டிருக்கிறது. கால்களில் மரச்செருப்புகளும், எலும்புகளினால் ஆன கொலுசுகளும் அணிந்து, பிச்சாண்டவர் நடந்து வருவதை அறிவிப்பதற்காகக் கட்டப்பட்டுள்ளதுபோல் முழங்காலின் முன்பக்கம் ஒரு மணி உள்ளது.

இந்தச் செப்புத் திருமேனி ஒரு இறுக்கமான சூழலைத் தோற்றுவிப்பது போல் இருந்தாலும், துள்ளிப் பாயும் மான் அந்த இறுக்கத்தைத் தளர்த்துகிறது. சிவனின் உருவம் அருகே அது சிறியதாய்த் தெரிந்தாலும், தன் முன்னிரு கால்களை உயர்த்தி, கழுத்தை நீட்டி, நாக்கைத் துருத்தி அவர் கொடுக்கும்

இலையை அடைய முயல்வது அங்கு ஒரு இயல்பான நிகழ்வை உருவாக்குகிறது.

முதலில் பார்ப்பதற்குக் கம்பீரமாகத் தோன்றினாலும் சற்றே கூர்ந்து கவனித்தால் இச்சிலையில் சில குறைபாடுகளைக் காண முடியும். கைகால்களின் பரிமாணங்கள் சீராக அமையக்கப்படவில்லை. கால்களை ஒரு சிற்பியும் கைகளை மற்றொருவரும் செய்து வைத்தது போல் இருக்கிறது. கால்கள் மெலிந்திருக்கின்றன. தொடைப் பகுதி பருமனாக இல்லை. மார்பின் அளவை பார்க்கும்போது கைகள் பெரிதாகவே தோன்றுகின்றன. பின்கரங்கள் இரண்டும் சீராக அமையவில்லை. உடுக்கை வைத்திருக்கும் பின்கரம் தோளிலிருந்து சற்று அகலமாகவே நீண்டிருக்கிறது. கழுத்து குறுகியிருப்பதால், தலையும் அதிலுள்ள மற்ற அம்சங்களும் அவை தோளின் ஒரு பகுதிபோன்ற தோற்றத்தை ஏற்படுத்துகின்றன. நாம் முந்தைய அத்தியாயத்தில் பார்த்த பைரவர் சிலையுடன் இதை ஒப்பிட்டால் மேற்கண்ட அவதானிப்புகள் தெளிவாகப் புலப்படும்.

8

கல்யாணசுந்தரர்

பல ஆண்டுகள் கடும் தவத்தில் ஈடுபட்டிருந்த சில முனிவர்கள், எல்லா ஞானத்திற்கும் ஊற்றுக் கண்ணான சிவனிடம் சென்று தமக்கிருந்த சில தீரா சந்தேகங்களைப் போக்கக் கேட்டனர். அவர்களுக்கு விளக்கம் அளித்து, உண்மையான அறிதலைக் கொடுத்த பின்னர், சமாதி நிலை என்னும் ஆழ்ந்த தியான மனநிலையைச் சிவன் உணர்த்தினார். உடல்ரீதியான உணர்வுகளைத் தாண்டி ஒரு உன்னத நிலையை இந்த முறை மூலம் அடையலாம் என்பதை அறியச் செய்தார். சிவன் தனது உணர்வுகளை இவ்வாறு அடக்கியதால், இப்பிரபஞ்சத்திலுள்ள எல்லா உயிரினங்களும் தங்களது புலன்களையும், உணர்வறி திறன்களையும் இழந்தன. இதனால் உயிரினங்களைப் புதுப்பித்தல், இனப்பெருக்கம் போன்றவை நின்றுபோயின. இதைக் கண்டு திகைத்த மற்ற தேவர்கள், பிரம்மாவையும் விஷ்ணுவையும் சிவனிடம் தூது போய் சமாதி நிலையைக் கைவிடக் கேட்டுக்கொள்ளச் சொன்னார்கள். உயிரினங்களைக் காப்பாற்றப் பார்வதியை அவர் திருமணம் புரிந்து கொள்ளக் கேட்டுக்கொண்டார்கள். சிவனும் அவர்களின் கோரிக்கையை ஏற்றுப் பார்வதியைத் தன் மனைவியாக்கிக்கொண்டார். அந்த அழகிய மணவாளன்தான் கல்யாணசுந்தரர்.

புராணங்களில் இந்தத் தெய்வீகத் திருமணம் பற்றிய வெவ்வேறு கதைகள் உண்டு. தமிழர்களுக்கு இது மீனாட்சி திருமணம். ஒரு பாண்டிய இளவரசி சிவன்மேல் காதல் கொண்டு அவரைக் கல்யாணம் செய்துகொண்ட கதை. தமிழ்நாட்டில் 'கயல்விழி'

கடவுளாக அறியப்பட்ட மீனாட்சி ஒவ்வொரு வீட்டிலும் இருப்பவள். அவளது திருமணம் ஒரு குடும்ப நிகழ்வாக கொண்டாடப்படுகிறது. மீனாட்சியை மணந்து கொண்டதால் அவர்கள் சிவனை ஏற்றுக்கொள்கிறார்கள். மதுரைக்கு அருகில் உள்ள ஊர் மக்களுக்கெல்லாம் தங்கள் இல்லத் திருமணத்தை மீனாட்சி கோயிலில் நடத்துவதுதான் விருப்பம்.

வேறு கோணத்திலும் இந்தத் தொன்மத்தைப் பார்க்கலாம். வைதீகக் கடவுளருடன் உள்ளூர் மக்களுக்கு நெருக்கமான கிராம தெய்வங்களை இணைப்பதாகவும் இதைக் கொள்ளலாம். மதுரையில் இந்தக் கல்யாணம், ஓதப்படும் வடமொழி மந்திரங்களுக்கிடையே, தமிழ் பக்திப்பாடல்களுடன் கோயிலில் இரு தளங்களில் நடைபெறுகிறது. அருகே உள்ள அழகர்கோயிலில், உயிர்ப்பலி, கள்ளுண்ணல், சாமியாடல் ஆகியவற்றுடன் கொண்டாட்டம் நடக்கிறது. ஒவ்வொரு ஆண்டும் இந்தக் கோயிலில் சிவன் – மீனாட்சி திருமணம் சார்ந்த சடங்குகள் பல நடைபெறும். அவற்றில் மிகவும் சிறப்பானது 12 நாட்கள் நடக்கும் மீனாட்சித் திருக்கல்யாணம்தான். இதன் முடிவில் நடக்கும் தேரோட்டத்தில் இந்தத் தெய்வீக மணமக்கள் இருவரும் நகரின் முக்கிய வீதிகளில் ஊர்வலமாக அழைத்துச்செல்லப்படுவர்.

வெகு சில கோயில்களிலேயே கல்யாணசுந்தரர் செப்புத் திருமேனி குழு வைக்கப்பட்டிருக்கிறது. இதில் சிவன், பார்வதி, லட்சுமி, விஷ்ணு என நான்கு சிற்பங்கள் உள்ளதால், இவற்றைச் செய்வதற்குப் பெருங்கொடை தேவைப்பட்டிருக்கும். இந்தச் சிலைக் குழு அரிதாக இருப்பதற்கு இது ஒரு காரணமாக இருந்திருக்கலாம். அது மட்டுமல்லாமல் மற்ற பணியாட்களுடன், கைதேர்ந்த சிற்பிகளால்தான் இந்தப் படைப்புகளை உருவாக்க முடிந்திருக்கும். சிவனும் பார்வதியும் ஒரு பீடத்திலும், விஷ்ணுவும் லட்சுமியும் வெவ்வேறு பீடங்களிலும் வைக்கப்பட்டிருக்கிறார்கள். சிவனுக்கு இடது புறத்தில் விஷ்ணுவும், பார்வதிக்கு வலது புறத்தில் லட்சுமியும் இருக்கிறார்கள்.

சிவன்–பார்வதி சிற்பங்களின் தோற்றவமைதியைக் கவனிக்கும்போது அவற்றை வடிவமைப்பது சிற்பிகளுக்குப் பெரும் சவாலாக இருந்திருக்கும் என்று தெரிகிறது. தம்பதியர் இருவரும் நெருங்கி நிற்கிறார்கள். அவர்களது கைகள் பின்னிப் பிணைந்திருப்பது போலத் தோன்றுகிறது. சிவனது வலது பின்கரம், பார்வதியின் இடது கரத்தைப் பிடித்திருக்கிறது. தஞ்சை சரஸ்வதி மகால் அருங்காட்சியகக் காப்பாளராகப் பணிபுரிந்த எஸ். ரத்தினசபாபதி, இச்சிலைகளை ஆய்வு செய்தபின் இந்த மூன்று கைகளும் தனித்தனியே வார்க்கப்பட்டு, பின்

பற்றவைக்கப்பட்டுள்ளன என்கிறார். அப்படிச் செய்திருந்தால் அது மிகவும் அரிதான ஒரு செயலாக இருந்திருக்கும். ஏனென்றால், செப்புச் சிற்பங்கள் ஒவ்வொன்றும் தனித்தனி உருவங்களாகத் தான் வார்க்கப்பட்டன. சிலையின் பின்னால் வைக்கப்படும் திருவாசி போன்ற அங்கங்கள்தான் தனியாகச் செய்யப்பட்டன.

கல்யாணசுந்தரர் குழு

இந்தச் சிலைகள் ஒரு சிவன் கோயிலுக்காகச் செய்யப்பட்டவை யாதலால், இங்கே சிவனின் சிலை மற்ற மூன்றைக் காட்டிலும் உருவில் பெரிதாக வடிக்கப்பட்டுள்ளது. சிவன் உருவம் எதிரில் இருப்போரை நோக்குவது போல கம்பீரமாக இருக்கிறது. மற்ற மூன்று பேரும் சற்றே திரும்பி சிவனைப் பார்ப்பதுபோல நிற்கிறார்கள். சிவனின் உயர்த்தப்பட்ட பின்கரங்கள் அவரைச் சுற்றிப் பரந்த வெளியொன்றை நிறுவுவது போலிருக்கிறது. நீண்ட முடி சடாமகுடமாகத் தலையை அலங்கரிக்கிறது. பொதுவாகச் சிவனின் இரு காதுகளில் வெவ்வேறு அணிகலன்கள் இருக்கும். ஆனால், இந்தச் சிலையின் காதுகளில் ஒரே மாதிரியான காதணிகள் உள்ளன. ஒருவேளை, திருமணம் சிறப்பான நிகழ்வாகையால் இந்த அலங்காரமாய் இருக்கலாம். கழுத்தை

ஐ. ஜோப் தாமஸ்

கல்யாணசுந்தரரும் பார்வதியும்

மூன்று சங்கிலிகள் அலங்கரிக்கின்றன. சற்றுக் கீழே ஒரு புலி நகப் பதக்கத்துடன் கூடிய நீண்ட முத்தாலான ஆரம் இருக்கிறது. சிவன் அணிந்திருக்கும் பூணூல் இரு பிரிகளாக, ஒன்று வலது கை அடியிலும் மற்றது வயிற்றுக்கச்சையின் (உதரபந்தம்) மேல் ஓடி வலது புறத்தில் இடுப்பைச் சுற்றியும் செல்கிறது.

தனது வலதுமுன் கையால் பார்வதியின் இடது கரத்தைச் சிவன் லேசாகப் பிடித்திருக்கிறார். இடது முன்கை எப்போதும்போல அபய முத்திரையில் இல்லாமல் கடக முத்திரையில் உள்ளது. பின்கரங்களில் மழுவையும் மானையும் ஏந்தியுள்ளார். மான் தன் பின்னங்கால்களைச் சிவனின் விரல்கள்மேல் ஊன்றி முன்னங்கால்களை உயர்த்தித் துள்ளியபடி நிற்கின்றது. உருவில் சிறியதாக இருந்தாலும் மானின் துள்ளல் அது இருக்குமிடத்தில் ஒரு சக்தியைப் பரப்புகிறது. புஜங்களில் தோள்வளைகள் (கேயூரா), முழங்கையில் முத்துப் பதித்த கடகங்கள், கையில் மூன்று வளையல்கள். சதைப்பற்றுள்ள கால்கள் வலுவுள்ளதாய்த் தெரிகின்றன. இடுப்பில் இறுக்கமாக அணியப்பட்டிருக்கும் வேட்டியில் மடிப்புகள் சீராக உள்ளன. வேட்டியை இறுக்கி மேகலை அணியப்பட்டுள்ளது.

திருமணச் சடங்கின் வழமைபோல் மணப்பெண் பார்வதி சிவனருகே நிற்கிறாள். நிறைய அணிகலன்கள் பூட்டப் பெற்றிருக்கின்றன. தலையில் கரண்ட மகுடம், காதணிகளாக முதலை வடிவ மகரகுண்டலங்கள், கழுத்தில் மூன்று சங்கிலிகள், கழுத்தைச் சுற்றி இறுக்கமாகத் தாலி, முத்து கோத்த பூணூல் (யக்ஞோபவீதம்) அவளது மார்புகளின் இடையே, வயிற்றின் மீது பின்இடுப்பைச் சுற்றிச் செல்கிறது. வலது கையைச்

சிவன் பிடித்திருக்க இடது கையை மோவாய்க்கு அருகே வைத்திருக்கிறாள். கையில் கடகங்கள் அணிந்திருக்கிறாள்.

சிலைகளின் பின்புறத்திலும் அணிகலன்கள் துல்லியமாகச் சித்தரிக்கப்பட்டுள்ளன. கிரீடத்தின் விளிம்புக்குக் கீழே கூந்தல் இரண்டு மடிப்புகளாகப் படிந்திருக்கிறது. சங்கிலியின் ஒரு கொளுவி தெரிகின்றது. மற்ற கொளுவிகள் முடிக்குள் மறைந்திருக்கின்றன என்று ஊகித்துக்கொள்ளலாம். முப்புரி நூல் முதுகுக்குக் குறுக்கே செல்கிறது. அலங்காரங்களுடன் உள்ள இடுப்புக் கச்சமும் சித்தரிக்கப்பட்டுள்ளது.

பார்ப்போரின் கவனத்தைத் தெய்வீகத் தம்பதிகளிடமிருந்து சிதறவிடாமல் இருக்க, லட்சுமியின் உருவம் தனியாக, சற்றே தள்ளி வைக்கப்பட்டுள்ளது. ஆனால், அந்தச் செப்புத் திருமேனியின் மேல் சிற்பியின் கவனம் எந்த அளவிலும் குறைய வில்லை. அதுவும் ஒரு எழிலார்ந்த சிற்பமாக உருவாக்கப் பட்டுள்ளது. தலையில் கரண்ட மகுடம், அதன் விளிம்பில் மலர்கள் அலங்கரிக்கின்றன. காதணியாக வட்டமான பத்திர குண்டலம். கழுத்தில் பல சங்கிலிகள். சிற்ப சாஸ்திரப்படி லட்சுமி மார்புக்கச்சை அணிந்திருக்கிறாள். கையை வளையல்களும் புஜத்தை வங்கியும் அலங்கரிக்கின்றன. அருகே நாணி நிற்கும் பார்வதியைத் தன் இடது கையால் லேசாகத் தாங்கி யிருக்கிறார். இதற்காக அந்தக் கை சிறிது நீண்டதாக உருவாக்கப்பட்டுள்ளது. பார்வதி தனது வலது கையைச் சிவனை நோக்கி நகர்த்துகிறாள்.

மணப்பெண்ணின் அண்ணனாகத் தன் கடமையாற்றத் தோன்றி யிருக்கும் விஷ்ணு நிமிர்ந்து, நேராக விறைப்பாக நிற்கிறார். அவர் அணிந்திருக் கும் நீண்ட கீரீடம் அவரது தோற்ற நிலைக்கேற்ப அமைந்துள்ளது. முகத்தில்

கல்யாணசுந்தரரும் பார்வதியும்

கல்யாணசுந்தரர் பின்புறத்தோற்றம்

லேசான புன்னகை தெரிகிறது. கழுத்தில் ஒரு அகலமான ஆரமும் இரண்டு சன்னமான சங்கிலிகளும் அணிந்திருக்கிறார். வலது மார்பில் முக்கோண வடிவ ஸ்ரீவத்ஸ சின்னம் (திருமறு) பொறிக்கப்பட்டுள்ளது. அவரது பூணூலில் ஒரு பிரி வலது கையின் கீழ் சென்றும் அகலமான இன்னோரு பிரி, கீழே படிந்து, வயிற்றுக்

கச்சைமேல் சென்று இடுப்பைச் சுற்றி இருக்கிறது. மூன்றாவது பிரி, வேட்டியினுள் செல்கிறது. விஷ்ணுவின் முன்கைகள் கன்னிகாதானம் செய்வதைக் காட்டும் நிலையிலிருக்கின்றன. பின்கரங்கள் சங்கையும் சக்கரத்தையும் ஏந்தி நிற்கின்றன. புஜங்களில் தோள்வளையும் கையில் வளையல்களும் அணிந்துள்ளார். உடலோடு ஒட்டிப் படிந்துள்ள பட்டு வேட்டி கணுக்கால்வரை நீண்டிருக்கிறது. இடுப்புக்குக் கீழே வேட்டியிருப்பதாலும் அதன் மடிப்புகள் ஓரங்களில் தொங்குவதாலும் உடம்பின் மேல்பகுதி திடமான தோற்றத்தை அளிக்கிறது.

கல்யாணசுந்தரர் குழுவில் விஷ்ணு

நான்கு வெவ்வேறு செப்புத் திருமேனிகள் கொண்ட ஒரு குழு மூலம் ஒரு திருமணத்தைச் சித்தரிப்பது சிரமமான பணி. நால்வரில் முக்கியமான சிவனின் சிலை மற்ற மூன்றையும் விட உருவில் பெரியதாக வடிவமைக்கப் பட்டிருகிறது. லட்சுமிதான் நால்வரிலும் சிறிய உருவம். அவர்களின் படிநிலைக்கேற்ப (hieratic) உருவ அளவு அமைந்திருக்கிறது. சிலைகளின் தோற்ற நிலைகள், அவர்களது உடல்களும் அங்கங்களும் உருவாக்கப்பட்டிருக்கும் முறை, பல தலைமுறைகளாகப் பரிணாம வளர்ச்சி பெற்ற சிற்பத் திறமையைக் காட்டுகிறது.

9

வள்ளி, தெய்வானையுடன் சுப்ரமணியர்

சுப்ரமணியரும் அவருடைய இரு மனைவிகளும் சேர்ந்த இந்த மூன்று செப்புத் திருமேனிகள் இந்தக் கோயிலிலுள்ள சைவப் படிமங்களுக்குப் பெருமை சேர்க்கின்றன. சிவனின் மகனான இவர், முருகன் அல்லது அழகானவன் என்று தமிழ் மக்களிடையே அறியப்பட்டு, சங்க காலத்திலிருந்து குறிஞ்சி நிலக் கடவுளாக வணங்கப்படுகிறார். இவரது கோயில்கள் பல மலைகள்மீது அமைந்துள்ளன. தமிழ் மக்கள் முருகனைப்போற்றிக் கந்தசஷ்டி[1], தைப்பூசம்[2] போன்ற பண்டிகைகளை அலகு குத்திக்கொண்டும், காவடி தூக்கியும் கொண்டாடுகின்றனர். புலம்பெயர்ந்த தமிழர் மத்தியிலும், அதிலும் இலங்கை, மொரிஷியஸ், தென்னாப்பிரிக்கா, மலேசியா போன்ற நாடுகளிலும், முருகன் வழிபாடு பிரசித்தம். இந்த நாடுகளிலும் சில இடங்களில் தமிழர்கள் குன்றுகளின் மீது முருகனுக்குக் கோயில்கள் கட்டியிருக்கின்றனர்.

இணையற்ற போர்வீரன் என்று போற்றப்படும் முருகன் பல வீர மரபைச் சார்ந்த சாதியினரால் வழிபடப்படுகிறார். வட இந்தியாவில் ஸ்கந்தா, கார்த்திகேயா என்றறியப்படுகிறார். **ஸ்கந்தபுராணம்** சூரபத்மனை முருகன் அழித்தொழித்த கதையைக்

---

1. ஐப்பசி மாதத்தின் ஆறாவது நாளில் அனுசரிக்கப்படும் கந்தசஷ்டி, முருகன் சூரபத்மனை அழித்ததைக் கொண்டாடுகிறது.

2. தை மாதத்தில் முருகனின் தாயார் அவருக்கு அழிக்க முடியாத சக்தியுடைய வேலைத் தந்ததாக ஐதீகம்.

கூறுகிறது. மற்ற கடவுளர் போலவே இவரது பிறப்புப் பற்றியும் பல தொன்மங்கள் உண்டு. கவி காளிதாசர் எழுதிய சமஸ்கிருத காவியமான **குமாரசம்பவம்** ஒரு கதையைச் சொல்கிறது. ஆறு பெண்களால் முலைப்பால் கொடுத்து வளர்க்கப்பட்டதால்தான் அவர் கார்த்திகேயா அல்லது அறுவர் மகன் என்று பெயர் பெறுகிறார். ஆறு முகங்களுடன் காட்சிப்படுத்தப்பட்டு, ஷண்முகன் என்றறியப்படுவதும் இதனால்தான். இவருக்கு வேலாயுதம், குகன், தண்டாயுதபாணி, குமரன், குமரகுருபரன் என்ற பெயர்களும் உண்டு. ஒவ்வொரு பெயருக்குப் பின்னும் ஒரு கதை இருக்கிறது.

வள்ளி, தெய்வானையுடன் சுப்ரமணியர்

சுப்ரமணியருக்கு இரண்டு மனைவிகள். ஒன்று, இந்திரனின் மகள் தெய்வானை, இரண்டாவது வேட்டுவத் தலைவனின் மகளான வள்ளி. அவள் தினைப் புலத்தைக் காத்துக் கொண்டிருந்தபோது அவள் மேல் ஈர்க்கப்பட்டு அவளைப் பழங்குடியினர் முறைப்படி முருகன் திருமணம் செய்து கொண்டார் என்கின்றது தொன்மம். ஒரு மனைவியுடன் மட்டும் முருகன் காட்சிப்படுத்தப்படும்போது அங்கு இடம்பெறுவது வள்ளியாகத் தானிருக்கும். ஒரு மனைவி வைதீக மரபிலும் மற்றவர் பழங்குடியினரில் ஒருவராகவும் உள்ளனர். ஆரிய, திராவிட மரபுகளின் இணைப்புக்கு இத்திருமணம் குறியீடாக அமைந்துள்ளது.

தமிழ்நாட்டில் அறுபடை வீடு என்று கூறப்படும் ஆறு இடங்கள் – பழனி, திருச்செந்தூர், சுவாமி மலை, திருப்பரங்குன்றம், பழமுதிர்ச்சோலை, திருத்தணி – முருகனின் தொன்மத்துடன் தொடர்பு உள்ளவை. சிற்ப வடிவில் ஒரு தலையுடன் அல்லது ஆறு தலைகளுடன் முருகன் வடிவமைக்கப்படுவது மரபு. இரு கைகளுடனும் அல்லது நான்கு, ஆறு கைகளுடனும் காட்டப்படுவார். ஒரு கை அஞ்சேல் குறியிலும் (அபய முத்திரை) மற்றது கொடுக்கும் (வரத முத்திரை) குறியிலும் இருக்கும். வாள், ஈட்டி, அங்குசம் போன்றவற்றை மற்ற கைகள் வைத்திருக்கும். மயில் அவரது வாகனமாயிருந்தாலும் முருகனுக்கு அடையாளமாக இருப்பது வேல்தான்.

இந்த செப்புச் சிற்பத்தில் தலையில் ஒரு கிரீடத்துடன் இருக்கும் முருகன் திரிபங்க நிலையில் (மூன்று உடல்நெளிவு) நிற்கிறார். அவரது ஆடை, அணிகலன்கள் கவனிப்பிற்குரியன. நெறித்த புருவங்கள், நீண்ட கண்கள், எடுப்பான மூக்கு, பூசி விட்டாற்போல முகம். காதுகளை மகரகுண்டலங்கள் அணி செய்கின்றன. முன் இடது கை உயர்த்தப்பட்டு வில்லைப் பிடித்திருக்கும் பாவனையிலும், உடலோடு தொங்குவது போன்றுள்ள வலது கை ஒரு அம்பைப் பிடித்திருக்கும் பாவனையிலும் உள்ளன. பின்னிரு கைகளில் வலது கையில் வஜ்ராயுதமும் இடது கையில் உளியும் இருக்கின்றன. கழுத்தில் கண்டிகை, சரப்பளி, சவடி எனும் மூன்று அணிகலன்கள் பூண்டுள்ளார். பூணூலுடன் ஒரு மெல்லிய முத்து நகையும் அணிவிக்கப்பட்டுள்ளது. நடுவில் ஒரு பூப் போன்ற அலங்காரத்துடன் கூடிய வயிற்றுக் கச்சம் உள்ளது. இறுக்கமாகக் கட்டப்பட்டிருக்கும் வேட்டியைச் சுற்றி ஒரு கீர்த்திமுகக் கொளுவி கொண்ட அரைப்பட்டிகை எனும் இடுப்புப் பட்டை அணிவிக்கப்பட்டுள்ளது. பொருதுவதற்கு தயாராக இருப்பதைக் காட்ட வலது கெண்டைக்காலில் வீரக்கழல் இருக்கிறது. சிறிதே வளைந்துள்ள இடது கால் இயல்பாக ஊன்றப்பட்டிருக்கிறது. இரு கால்களிலும் கொலுசுகள் உள்ளன.[3]

---

3. சுப்ரமணியர் செப்புச்சிலை எப்படி இருக்கவேண்டும் என்பது பற்றிய குறிப்பு. **சரஸ்வதி சித்ரகர்ம சாஸ்திரம்** என்ற நூலில் உள்ளது. சரஸ்வதி மகால் வெளியிடு, எN37, 1960, பக்கம் 391.

   "ஸ்கந்தமூர்த்தியின் வலதுகையில் பாணமும், இடது கையில் வில்லுமிருக்க வேண்டும். மற்ற இரண்டு கைகளிலும், சக்தியும், வஜ்ராயுதமும் இருக்க வேண்டும். ஸ்கந்த மூர்த்தியது, திரிபுராந்தக மூர்த்தியைப் போன்றதாகும். ஸூத்திரம் – நிப்பிரம் – ஸம்ஸ்தாநம் (நிற்கும் நிலைமை) இவைகளை யுக்தியுடன் அமைத்துக்கொள்ள வேண்டும். ஸமபங்க லக்ஷணம், அல்லது அதிபங்க லக்ஷணத்துடன் இருக்கவேண்டும், கீழே கூறப்பட்ட ஸகல லக்ஷணங் களுடன் கூடியதாக ஸகலவிதத்திலும் அழகாக இருக்கும்படி நிர்மாணம் செய்யவேண்டும்."

இடது புறத்தில் நிற்கும் வள்ளி கூந்தலைச் சுற்றிக் கட்டி, இரு பூச்சரங்களால் அலங்கரிக்கப்பட்டுள்ளார். ஆங்காங்கே வேறு மலர்கள் சொருகப்பட்டிருக்கும் இந்தத் தலை முடி அமைப்பு ஒரு கிரீடம் போலுள்ளது. வலக்கை உடலோடு தொங்கிய நிலையிலிருக்க, இடது கை (கடகமுத்திரை) நண்டுப்பிடியில் உள்ளது. இரு கைகளிலும் தோள்வளைகள் இருக்கின்றன. முழங்கைகளுக்கு மேலே கடகவளைகள் அணியப்பட்டுள்ளன. ஒவ்வொரு கையிலும் சூடகம் எனும் வளையல் மூன்று உள்ளன. வேடுவர் குலப்பெண்ணானதால் மார்க்கச்சையுடன் வீரச்சங்கிலி எனப்படும் சன்னவீரம் அணிந்திருக்கிறாள். இடையில் அணிந்துள்ள புடவையைச் சுற்றி ஒரு இடுப்புப் பட்டை ஒரு மீன் உருவக் கொளுவியுடன் உள்ளது; அதற்கும் கீழே இன்னோரு தங்கப் பட்டை தொங்கலாக உள்ளது.

தெய்வானையின் செப்புச் சிலை வள்ளியின் உருவை ஒத்திருக்கிறது. ஆனால், மார்க்கச்சை இல்லை. வள்ளிக்கு இருப்பதுபோல் தலையைச் சுற்றிப் பூச்சரம் இல்லாததால் தெய்வானையின் தலைமுடியில் நடு வகிடு எடுக்கப்பட்டிருப்பதைக் காண முடிகிறது. சில சுருள்கள் நெற்றியின் மேல் விழுவதும் காட்சிப்படுத்தப்பட்டிருக்கிறது. முருகனுக்கு வலது புறத்தில் இருப்பதால், உடலமைதி நேர்மாறாக அமைக்கப்பட்டிருக்கிறது.

10

சந்திரசேகரர்

சிவபுராணத்தில் ஒரு கதை. அசுரன் தக்ஷன் ஒரு சாபத்தின் மூலம் சந்திரனின் ஒளியை மங்கச் செய்து விடுகிறான். தன்னால் ஒன்றும் செய்ய இயலாத நிலையில் சந்திரன் சிவனிடம் முறையிட, அவர் சந்திரனைப் பிறைநிலா உருவில் தனது தலைமுடியில் சொருகிக்கொள்கிறார். அசுரன் நெருங்க முடியாதே!

பொதுவாக, சிற்பங்களில் அரக்கன் ஒருவனை அழித்தல் போன்ற ஏதோ ஒரு செயலை நிகழ்த்தும் நிலையில்தான் சிவன் காட்சிப்படுத்தப்படுவார். அந்தச் சிற்பங்களில் அவர் கைகளில் இருக்கும் ஆயுதங்கள், கருவிகள் அவர் எடுத்திருக்கும் வடிவத்தை அடையாளம் காட்டும். இங்கே சந்திரசேகரர் உருவில் அவர் போர்க் கருவிகள் ஏதும் ஏந்தவில்லை எனினும், அவர் தலையிலிருக்கும் சிறிய பிறைச்சந்திரன் ஒரு தனித்துவத்தைக் கொடுக்கிறது. இந்தச் சந்திரசேகர் வடிவமும் – கேவலமூர்த்தி, உமாசஹிதமூர்த்தி, ஆலிங்கனமூர்த்தி என மூன்று வகைகளில் உருவகப்படுத்தப்படுகிறது. சிவனுக்குக் கையில் இருக்கும் உளிதான் கேவலமூர்த்தி வடிவின் அடையாளம். பார்வதியுடன் இருப்பவர் உமாசகிதமூர்த்தி. ஆலிங்கனமூர்த்தி தனது துணைவியை முன் இடது கையால் இறுக அணைத்துக்கொண்டிருப்பவர்.

சிவன் நேராக, உடலில் எவ்வித வளைவும் இல்லாமல் நிற்கிறார். பின்வலது கையில் மழுவும் இடதில் மானும் வைத்திருக்கிறார். முன்வலது கை அஞ்சேல் குறியிலும் (அபய முத்திரை)

அடுத்தது தொடையைத் தொட்டுக்கொண்டும் இருக் கிறது. உடலில் மூன்று வளைவு களுடன் (திரிபங்கம்)பார்வதி நிற்கிறார். வலது கை மலர் ஒன்றைப் பிடித்திருப்பது போலப் பாவனையுடன் கடகமுத்திரை யில் உள்ளது. இடது கை இயல்பாகத் தொங்க விடப் பட்டிருக்கின்றது. ஒருவரின் இருப்பை மற்றொருவர் சார்ந்தே இருப்பது தெளிவாகத் தெரிகிறது.

சந்திரசேகரர்

இரு சண்டிகை, கடகங்கள், கை வளையல்கள் இவையே இந்த இருவரும் அணிந்திருக்கும் எளிமையான ஆபரணங்கள். சிவனுடைய பூணூல் மார்புக்குக் குறுக்கே செல்கிறது. வயிற்றுப் பட்டையும் கடகமும் சிற்பத்தின் நடுப்பகுதிக்கு நம் கவனத்தை ஈர்க்கின்றன. இறுக்கமாக சிவனின் வேட்டியைச் சுற்றி இடுப்புப் பட்டை, கீர்த்திமுகக் கொளுவியுடன் இருக்கிறது. பார்வதியின் புடவை, காலோடு ஒட்டி, சிறுசிறு அலைகள் போன்ற மடிப்புகளுடன் கணுக்கால்வரை நீள்கிறது. அணிகலன்கள், ஆடைகள் குறைவாக இருப்பதால் உன்னதமான உடலமைப்பைச் சிற்பிகளால் காட்சிப்படுத்த முடிந்திருக்கிறது. திடமான, இறுகிய சிவனின் உடலும் பார்வதியின் நளினமும் நன்கு காட்டப்படுகின்றது.

சந்திரசேகரர்

இங்கு சிவன், பார்வதி இவர்களின் சிலைகள் தனித்தனிப் பீடங்களில் இருந்தாலும் இவை ஒன்றாகக் காட்டப் படவே வடிவமைக்கப்பட்டுள்ளன என்பது தெளிவு. இவை இரண்டும் ஒரே அளவுகளில் வார்க்கப்பட்டுள்ளன மட்டுமல்ல, ஆடை, அணிகலன்களிலும், நிற்கும் பீடங்களிலும் ஒற்றுமை காணப்படு கிறது. இந்த இரு சிற்பங்களும் ஒன்றாக

உமாசகிதமூர்த்தி என்றோ, சந்திரச்சேகரர் என்றோதான் அறியப்பட வேண்டும்.

ஒரு குழுவாக வடிவமைக்கப்பட்ட சிற்பங்களை அவதானிக்க இந்தச் சிலைகள் நல்ல எடுத்துக்காட்டு. தனித்தனிப் பீடங்களில் இருந்தாலும் இவை ஒன்றுடன் ஒன்று இருக்கவே வடிவமைக்கப்பட்டுள்ளன. உடலமைதி, ஆடை அணிகலன்கள் ஒன்று போலிருப்பதால் ஒன்றைப் பற்றிய விமர்சனம் மற்றதுக்கும் பொருந்துகிறது. தங்களுக்கு இருக்கும் தெய்வீக சக்தியைப் பற்றிய நம்பிக்கையுடன் வழிபடுவோரை நோக்கி நிற்பது போலிருக்கின்றன. உயிரைக் குடிக்கும் ஆயுதங்களோ, கோபத்தை அல்லது இரக்கத்தைச் சிந்தும் பார்வையோ இல்லை. தன்னம்பிக்கையும் அமைதியான நிலையும் இந்த அற்புத வடிவங்களில் வெளிப்படுகின்றன.

இந்தச் சிலைகளை வடித்த சிற்பி தனது திறமையில் ஆழ்ந்த நம்பிக்கை கொண்டவராக இருந்திருக்க வேண்டும். ஒரு தாமரை இதழ்கள் விரித்தாற்போலான (பத்ம பீடம்) ஒரு பீடத்தின் மேல் வைக்கப்பட்ட ஒரு சிறிய சதுர அமைப்பின் மேல் இந்தச் சிலைகள் ஒவ்வொன்றும் நிற்கின்றன. பீடங்களிலிருந்து சற்றே நீட்டிக்கொண்டிருக்கும் பகுதி, இரண்டு சிற்பங்களையும் சுற்றி இருந்திருக்கும் (திருவாசி) அலங்கார வளையப்பகுதிக்கானது.

11

நாயன்மார்கள்

சோழர் காலத்தில், வழமையான கடவுளர் சிலைகளுடன் ஒரு புதிய வகைப் படிமங்கள் தோன்றி உற்சவர்களாக ஆலயங்களில் இடம்பெற்றன. இவை நாயன்மார்களின் சிலைகள். இந்த இயலில் சம்பந்தர், சுந்தரர், அப்பர், கண்ணப்பர், காரைக்கால் அம்மையார் எனும் ஐந்து நாயன்மார்களின் செப்புத் திருமேனிகளைப் பார்க்கலாம். சில விவரங்கள் ஐவருக்கும் பொதுவானவை. வேறு சில ஒவ்வொருவருக்கும் தனித்துவமானவை. முதலில் பொது விவரங்கள். பின்னர் ஒவ்வொருவரைப் பற்றியும் ஆராயலாம்.

இந்தப் பகுதியில் தோன்றியிருந்த களப்பிரர்கள் காலத்தில் (கி.பி. 250–600) பௌத்தம், சமணம், ஆசீவகம் போன்ற சமயங்கள் தழைத்து இருந்தன. கி.பி. 600 வாக்கில் பல்லவர்கள் கை ஓங்கியது. புலவர்கள் தமிழ் பேசும் பகுதியில் பக்திப் பாடல்கள் இயற்றியும், அற்புதங்கள் நிகழ்த்தியும், பௌத்த, சமண சமயங்களிருந்து மதமாற்றம் செய்தும் நடமாட ஆரம்பித்தனர். அதிலும் சிலர் மன்னர்களை மதமாற்றம் செய்வதில் தனிக் கவனம் செலுத்தினர். அரசர் ஒருவர் மதம் மாறினால் அதை விவரமாகப் பதிவுசெய்தனர். இந்தப் புலவர்களில் பலர், அவர்கள் செய்த 'அற்புதங்களாலும்' அவர்களது பக்தி வெளிப்பாட்டாலும் பிற்காலத்தில் புனிதர்களாக்கப்பட்டு அவர்களே வழிபாட்டுக்கும்

பாத்திரமானார்கள். சைவ மரபில் அம்மாதிரியான புனிதர்கள் 63 பேர் உள்ளனர். அவர்கள் நாயன்மார்கள் என்று அறியப்படு கின்றார்கள். அதேபோல் வைணவ மரபில் ஆழ்வார்கள் என்று குறிப்பிடப்படும் புனிதக் கவிஞர்கள் பன்னிருவர் உள்ளனர். அவர்கள் கடவுளர்களால் நன்கு பேணப்பட்டார்கள் என்று அவர்களது வாழ்க்கைக் குறிப்புகள் கூறுகின்றன. சம்பந்தருக்கு ஒரு ஜோடி தங்க கைத்தாளங்களையும், நன்முத்துக்களால் அலங்கரிக்கப்பட்ட விதானத்தையும் சிவன் பரிசாக அளித்தார். சுந்தரருக்குப் பொன் கட்டிகள் கிடைத்தன. திருநாவுக்கரசருக்கு வேண்டிய அளவு உணவு கிடைத்தது.

இந்தப் புனிதக் கவிஞர்கள், ஆண்களும் பெண்களும், பல விதமான பின்புலங்களிலிருந்து, வந்தவர்கள். அவர்கள் வீரம், தியாகம், பணியில் ஈடுபாடு எனப் பல குணநலன்கள் கொண்டிருந்தாலும் எல்லோரிடமும் காணப்பட்ட ஒரு பொதுப்பண்பு பக்தி. தாங்கள் வழிபடும் கடவுள்மேல் தீவிர ஈடுபாடு கொண்டிருந்தனர். தாலாட்டுப் பாடல் உட்படப் பலவகையான பாடல்கள் மூலம் இறைவனை வழிபட்டனர். பண்ணுடன் இயற்றப்பட்ட அந்தப் பாடல்களைச் சந்தர்ப்பத்திற்கு ஏற்றபடி பாட முடியும். உள்ளடக்கத்திற்கு ஏற்ற இசை நயத்துடனும், இலக்கிய நளினத்துடனும் உருவாக்கப்பட்ட இந்தப் பாடல்கள் இன்றுவரை மக்களிடையே வாழ்கின்றன. ‘பக்தி இலக்கியம்’ என்று அறியப்படும் புனிதக் கவிகளின் இலக்கியப் படைப்பு “தமிழ் மக்களின் வாழ்வில் ஒரு பெரும் சக்தியாக விளங்குகிறது” என்கின்றார் செக்கோஸ்லோவோக்கிய நாட்டுத் தமிழறிஞர் கமில் ஸ்வாலபில் (Kamil Zvelabil 1927-2009). சைவத்தின் அடிப்படையான **திருமுறை** எனும் நூலின் முதல் 12 நூல்களாக நாயன்மார்களின் 28 பாடல்கள் பன்னிரு திருமறை என்னும் நூல்களாக தொகுக்கப்பட்டுள்ளன. நால்வர் என்று மரியாதையுடன் அறியப்படும் சம்பந்தர், திருநாவுக்கரசு, சுந்தரர், மாணிக்கவாசகர் முதல் நான்கு நூல்களை எழுதினர். மற்றும் புனிதக் கவிகள் சில பாடல்களை மட்டுமே எழுதினர். சிலர் 20 வரிகள் மட்டுமே எழுதினார்கள். ஆனால், எல்லாமே சிறப்பு வாய்ந்தவை.

இவர்கள் சென்ற கோயில்களுக்கு, ‘பாடல் பெற்ற தலம்’ எனும் ஒரு தனி சிறப்பிடம் வரலாற்றில் அளிக்கப்பட்டது. கி.பி. 550–575 காலத்தைச் சார்ந்த ஐயடிகள் காடவர்கோன் நாயனார் எழுதிய **சேத்திர வெண்பா**வில் தான் சென்று பாடிப் புகழ்ந்த 22 சிவாலயங்களைப் பற்றி பதிவுசெய்கிறார். மற்ற சில நாயன்மார்கள் இன்னும் பல இடங்களுக்குச் சென்றனர்.

அப்பர் (கி.பி. 615–650) 120 கோயில்களுக்குச் சென்று பாடினார். அவரது சமகாலக் கவி சம்பந்தர் 216 கோயில்களுக்குச் சென்றார். இவர்கள் எல்லோரும் மொத்தம் 325 சிவாலயங்களுக்குச் சென்றிருக்கிறார்கள் என்று அறிகிறோம். சில நாயன்மார்கள், தாங்கள் சென்ற ஊர்களின் வரலாற்றை அலசி ஆராய்ந்து ஸ்தலபுராணங்களை உருவாக்கினார்கள். ஆழ்வார்கள், விஷ்ணுவின் 108 கோயில்களைப் புகழ்ந்து பாடியிருக்கின்றனர். ஆழ்வார்கள், நாயன்மார்கள் வரலாறுகளும், அவர்கள் விட்டுச் சென்ற பாடல்களும் தமிழர்களின் சமய வாழ்க்கையில் ஒரு சிறப்பான அங்கம்.

12

சம்பந்தர்

பக்தி நெறி வழுவா பெற்றோருக்குப் பிறந்த சம்பந்தர் குழந்தைப் பருவத்திலேயே ஒருவித தியான நிலையிலிருந்தார். அவரது கண்கள் விண்ணை நோக்கியபடி இருந்தன. ஒருமுறை அவரது தந்தை சிவபாத இருதயர் குளியலுக்காகக் கோயிலுக்குச் சென்ற போது இவரும் கூடவே போனார். குழந்தை சம்பந்தர் தெப்பக்குளப் படிகளில் இருக்க, தந்தை இறங்கி நீரில் முழுகினார். அவர் நீருக்குள் மறைந்ததைக் கண்டு பயந்த சம்பந்தர் "அம்மா... அய்யா" என உரக்கக் கதறினார்.

குழந்தையின் அபலக் குரல் உலக உயிர்களுக் கெல்லாம் பெற்றோரான சிவனின், பார்வதியின் செவிகளை எட்டியது. பார்வதி உடனே தனது முலைப்பாலை ஒரு கிண்ணத்தில் எடுத்து, குழந்தையை ஆற்றக் கிளம்பினாள். பாலுடன் ஞானத்தையும் அந்த சிசுவிற்கு ஊட்டினாள். குழந்தை அழுகையை நிறுத்தி அமைதியானவுடன் பார்வதி மறைந்தாள்.

நீராடிக் கரையேறிய தந்தை, குழந்தையின் வாயிலிருந்து பால் ஒழுகுவதைக் கண்டு யாரிடம் உண்டாய் எனக் கேட்க, சம்பந்தர் வானை நோக்கிக் கை காட்டினார். கோபமடைந்த தந்தை ஒரு குச்சியை எடுத்துப் பையனை அடிக்க ஓங்க, சிவனைப் புகழ்ந்து ஒரு அருமையான கவிதையை

சம்பந்தர்

ஐ. ஜோப் தாமஸ்

சம்பந்தர் பாடினார். வியப்பு மேலிடதந்தை கையிலிருந்த குச்சியை கீழே போட்டார். சம்பந்தர் மகிழ்ச்சியுடன் ஆடினார்.

சம்பந்தர் பல புனிதத் தலங்களுக்கு அயராமல் பயணித்து, சிவனைப் போற்றிப் பாடியது மட்டுமல்லாமல் அற்புதங்களையும் நிகழ்த்தினார். சமண, புத்த துறவிகளுடன் வாதத்தில் ஈடுபட்டார். இருபது வருடங்களாக 216 கோயில்களுக்குச் சென்று பாடி, பின்னர் தனது திருமண நாளில், தனது புதுமணப்பெண்ணுடன் கூடியிருந்தவர்கள் முன்னிலையில் புனிதத் தீயில் பிரவேசித்துச் சிவனை அடைந்தார்.

இவர், கி.பி. 7ஆம் நூற்றாண்டில் சீர்காழியில் பிறந்தார் என்று நம்பப்படுகிறது. **தேவாரத்தில்** இவர் சிவனைப் புகழ்ந்து எழுதிய 4181 பாடல்கள் உள்ளன. சைவ சமயத்தின் அடிப்படைப் பொதுவிதியான 12 நூல்கள் அடங்கிய **திருமறை**யின் முதல் மூன்று நூல்கள் தேவாரமாகும். இவரது பாடல்களில் சிவனைப் போற்றிப் பாடினாலும், சமணரையும் பௌத்தர்களையும் மட்டம் தட்டும் வாய்ப்புகளை அவர் தவற விடவில்லை. அறுபத்தி மூவருள் ஒருவரான இவருக்குச் சைவ சமயத்தில் ஒரு சிறப்பிடம் உண்டு. அவர்களுள் சிறப்பான மூன்று நாயன்மார்களில் இவரும் ஒருவர்.

சம்பந்தருடைய வாழ்வின் சிறப்பு அம்சம், பார்வதியினால் ஞானப்பால் புகட்டப்பட்டது. சுவரோவியங்களிலும் சிற்பங்களிலும் இவர் ஒரு சூதுவாதற்ற பாலகனாகக் காட்சிப்படுத்தப் படுகிறார். கிருஷ்ணன், சம்பந்தர், இவர்களின் நடனச் சிற்பங்கள் ஒரே மாதிரியாக இருப்பதைக் காணலாம். கிருஷ்ணனின் மார்பில் உள்ள ஸ்ரீவத்ச குறி அவரை அடையாளம் காட்டும். சம்பந்தரில் செப்புச் சிலைகளில் அந்தக் குறி இராது. ஆடிப் பாடி மகிழும் குழந்தையாக இருப்பார். இந்தச் செப்புச் சிலை சம்பந்தரை ஆடும் குழந்தையாகக் காட்டுகிறது.

வலது கால் தரையில் ஊன்றி, இடது காலைத் தூக்கி வைத்திருக்கிறார். தோற்றத்தில் முன்னங்கால் ஒரு மீனின் வயிறு போல இருக்க வேண்டும் எனும் சிற்ப நியதிக்கு ஏற்ப இது அமைந்துள்ளது. வலது கை ஆள்காட்டி விரல், ஏதோ ஒரு பேருண்மையை விளக்குவதுபோல் மேலே நோக்கி சுட்டிக் காட்டுகிறது. இடது கை, தரைக்கு இணையாக, சமநிலைக்காக நீட்டப்பட்டிருக்கிறது, எல்லா அங்கங்களுமே இந்த நடனத்தில் ஈடுபட்டிருப்பதுபோல் தோன்றுகிறது. கிரீடத்துக்குக் கீழே சில மயிர்க்கற்றைகள் தெரிகின்றன. இரண்டு காதுகளிலும் மகரக்

குண்டலங்கள் அணிசெய்கின்றன. கழுத்தில் கண்டிகையும் சவடியும் இருக்கின்றன. கைகளில் தோள்வளை, கடகம், வளையல் இவை அணிவிக்கப்பட்டுள்ளன. மார்பில் வீரச்சங்கிலி மேலிருந்து கீழ்வரை பரந்திருக்கிறது. இடுப்பில் சிறிய மணிகள் கொண்ட அலங்காரப் பட்டை உள்ளது. காலில் அரியகம் (பாதசாலம்) எனும் வளையல் போன்ற நகையும் சிலம்பும் உள்ளன.

இந்தச் செப்புத் திருமேனி நிற்கும் பீடம் சிறிதாக இருந்தாலும், சிற்பத்தின் சமநிலை எந்த விதத்திலும் குலைக்கப்படவில்லை.

13

கண்ணப்ப நாயனார்

இன்றைய நெல்லூருக்கு அருகே காளத்தி என்ற சிற்றூரில் முன்னொரு காலத்தில் வாழ்ந்த வேடன் திண்ணன் ஒருநாள் காட்டில் ஒரு லிங்கத்தைக் கண்டான். வேடனான அவனுக்கு லிங்கத்தைக் கண்ணால் காண்பதே அரிது. ஆகவே, கிடைத்த வாய்ப்பைப் பயன்படுத்தி வழிபட ஆரம்பித்தான். வறுத்த பன்றிக்கறியை, அதிலும் சரியாக வெந்திருக்கிறதா என்பதைச் சிறிது மென்று பார்த்து உறுதி செய்த பின், சிவனுக்குப் படைத்தான். தனது தலைமுடியில் சொருகிக்கொண்டு வந்த மலர்களை வைத்து வழிபட்டான். ஒரு கையில் இறைச்சியும் மற்றதில் வில்லும் இருந்ததால், வாயில் நீரை நிரப்பிக்கொண்டு லிங்கத்துக்கு அபிஷேகம் செய்தான். ஆனால், திண்ணனின் பக்தியைப் பாராட்டி சிவன் அவற்றை மனமார ஏற்றுக்கொண்டார் என்கிறது **பெரியபுராணம்**.

திண்ணனின் மன உறுதியைச் சோதனை செய்ய சிவன் நினைத்தார். ஒருநாள் லிங்கத்தை வழிபடச் சென்ற திண்ணன், அதன் வலது கண்ணிலிருந்து குருதி ஒழுகுவதைக் கண்டான். மூலிகைகளைக் கொண்டு மருத்துவம் செய்தான். ரத்த ஒழுக்கு நிற்கவில்லை. அம்பறாத்தூணியிலிருந்து ஒரு அம்பை எடுத்துத் தனது வலது கண்ணை நோண்டி எடுத்து லிங்கத்தின் கண்ணில் பொருத்தினான். ரத்தம் ஒழுகுவது நின்றது. ஆனால், அடுத்த கண்ணிலிருந்து குருதி கொட்ட, தொடங்கியது. தயக்கம் ஏதுமின்றி, திண்ணன் தன் இடது கண்ணையும் தோண்டிக்கொடுக்கத் தயாரானன். அப்போது சிவன் தோன்றி இடைமறித்து,

கண்ணப்ப நாயனார்

ஐ. ஜோப் தாமஸ்

அவனது கண்ணைச் சீராக்கினார். வானோர் பூமாரி பொழிய, கண் கொடுத்ததால் கண்ணப்பர் என்ற பெயரைச்சூட்டித் திண்ணனுக்குத் தன்னருகே இடம் கொடுத்தார். இம்மாதிரியான திருவிளையாடல்களால் சிவன் தமது பக்தர்களை அவ்வப்போது சோதிப்பது வழக்கம். சிவனே ஒருமுறை வேடனாகத் (கிராதன்) தோன்றி காட்டுப்பன்றியை வேட்டையாடினார். திண்ணனின் நினைவில் அப்படிச் செய்தாரோ என்னவோ!

வேட்டுவ சமூகம் மட்டுமல்ல, வாழ்வின் சோதனைகளை மன உறுதியுடன் எதிர்கொண்டால் கடவுளின் கருணை கிடைக்கும் என்று நம்புகிறவர்களும் கண்ணப்பரைப் போற்றி வணங்குகின்றனர். பொதுவாக, கற்சிற்பங்களில் கண்ணப்பர், ஒரு காலை லிங்கத்தில் வைத்து, கைகளால் தன் கண்ணைத் தோண்டுவது போன்று சித்தரிக்கப்பட்டிருப்பார். இந்தச் செப்புச் சிற்பத்தில் வலது கையில் ஒரு கண்ணை வைத்துக்கொண்டு, வானை நோக்கிப் பார்ப்பதுபோல் காட்டப்பட்டுள்ளது.

சிற்ப உருவ நியதிகளைப் (Iconography)பற்றிய நூல்கள் ‘வேட்டுவர்கள் எப்படிச் சித்தரிக்கப்பட வேண்டும்’ என்பது பற்றி ஏதும் கூறவில்லையாதலால் கண்ணப்பரின் சிலை அன்று இருந்த வேடர்களைப் போலவே அமைக்கப்பட்டுள்ளது என்று நாம் அனுமானிக்கலாம். **பெரியபுராண**த்தில் வேட்டுவர் தலைவனான திண்ணனைப் பற்றித் துல்லியமான விவரிப்பு உள்ளது. திண்ணனின் தந்தை நக்கன் தனது தலைமையை மகனுக்கு அளித்ததற்கு அடையாளமாகத் தனது கட்டாரியையும் தோலாலானக் காப்புடை (apron) யையும் கொடுத்தார். இதை அணிந்து திண்ணன் தனது முதல் வேட்டைக்குப் போனபோது தான் காட்டில் கவனிப்பாரற்று இருந்த லிங்கத்தைப் பார்க்கிறார்.

கண்ணப்பரின் செப்புச் சிலை உருவில் சிறியதாய் இருந்தாலும் அவர் உடல் வலிமையானது என்பதைக் காட்டுகிறது. வெற்றுடம்பில் தசைகளின் உறுதி தெரிகிறது. தலைமுடி சுருட்டி ஒரு தலைப்பாகை போல கட்டப்பட்டிருக்கிறது. மெல்லிய இலைகள் கொண்ட பட்டையுடன், சோழிகளால் ஆன ஒரு நெற்றிப் பட்டயமும் இருக்கிறது. இதெல்லாம் சேர்ந்து கண்ணப்பர் ஒரு கிரீடம் வைத்திருப்பதுபோன்ற தோற்றத்தை அளிக்கிறது.

அவரது கூரிய மூக்குக் கீழே சற்றே திறந்தபடி இருக்கும் வாய், வியப்பை உணர்த்துகிறது. நன்கு முறுக்கிவிடப்பட்ட மீசை. ஒழுங்கு செய்யப்பட்ட தாடி. காதுகளில் குதம்பைகள் (பத்ரகுண்டலம்) அணிசெய்கின்றன. வலது கண் ஒரு குழியாகத் தெரிகிறது. அந்தக் கண்தான் நோண்டி எடுக்கப்பட்டு வலது உள்ளங்கையில் ரத்த ஒழுக்குடன் காட்டப்பட்டிருக்கிறது.

கழுத்தில் ஒரு சவடி மட்டும் உள்ளது. சோழிகளால் அலங்கரிக்கப்பட்ட, வீரர்கள் அணியும் வீரச்சங்கிலி மார்பின் குறுக்கே அணிவிக்கப்பட்டுள்ளது. இடுப்பில் தோலால் ஆன ஒரு காப்புடையைக் கட்டியுள்ளார். அதன் விளிம்புகளிலும் சோழிகளைக் காண்கிறோம். அடிக்கடி உடுத்தப்பட்டதால் இது தொடைக்கேற்ப நன்கு வளைந்துள்ளது. முழங்கையில் கடக வளையங்களும் மணிக்கட்டில் கை வளையங்களும் உள்ளன. இடதுகை விரல்கள் அம்பைப் பிடித்திருப்பது போலிருக்கிறது. வாரால் பாதத்துடன் கட்டப்பட்ட செருப்பு காலில் உள்ளது.

கண்ணப்பர் ஒரு சாமானியர் என்பதை நாம் மனங்கொள்ள வேண்டும். அது மட்டுமல்ல அவர் வேட்டுவர் குலத்தைச் சேர்ந்தவர். அவரது செப்புச் சிலை எளிமையாக வடிவமைக்கப்பட்டுள்ளது. சற்றே திருப்பிய தலை, முன் நீட்டப்பட்டிருக்கும் கைகள், சிறிது வளைந்த கால், இவை சிற்பத்திற்கு ஒரு அசைவைத் தருவது மட்டுமல்லாமல், எல்லாக் கோணங்களிலிருந்தும் நல்ல தோற்றத்தை அளிக்கின்றன. வீரச்சங்கிலியும் தோலாடையின் விளிம்புகளும் சிலைக்கு நல்ல தோற்றத்தைக் கொடுக்கின்றன. மூக்கின் கீழே, தாடையின் கீழ் உள்ள கருமையான நிழலும் கைகள், தோள்கள், தொடைகள், இவற்றின் நிழல்களும் சிலைக்கு ஒரு பரிமாணத்தைக் கொடுக்கின்றன.

குழியான கண்ணும், உள்ளங்கையில் ஏந்தியிருக்கும் ரத்த ஒழுக்குடனான கண்ணும் இந்த செப்புச் சிலைக்கு ஒரு கொடூரத் தோற்றம் தருகிறது என்பது உண்மைதான். ஆனால், இந்தச் சிற்பம் கோயிலில் பக்தி ரச முகப் பொலிவுடனும் கையில் ருத்ராட்ச மாலையும், ஏடுகளும் கொண்டிருக்கும் மற்ற நாயன்மார்களுடனும் காட்சிப்படுத்தப்பட்டிருக்கும்போது தனித்து தெரிந்திருக்கும். அது மட்டுமல்ல, கண்ணப்பரது தீவிர பக்தியும், அவர் சிவனிடம் கொண்ட ஈடுபாடும் வெளிப்பட்டிருக்கும் என்பதிலும் சந்தேகமில்லை.

14

சுந்தரமூர்த்தி நாயனார்

சுந்தரமூர்த்தி தனது முற்பிறவிகளில் செய்த நல்ல செயல்களுக்காகக் கைலாசத்தில் இடம் பெற்றது மட்டுமல்லாமல், சிவனுக்கே சேவை செய்யும் பாக்கியத்தையும் அடைந்திருந்தார். ஆனால், பார்வதியின் பணிப்பெண்கள் இருவர்பால் வெகுவாக ஈர்க்கபட்டார் சுந்தரமூர்த்தி. இதை அறிந்த சிவன் சினமடைந்து அவரை மறுபடியும் மனிதர் உலகுக்கே அனுப்பிவிட்டார்.

தெய்வ பக்தி நிறைந்த பெற்றோருக்கு பூமியில் பிறந்த சுந்தரமூர்த்தி ஊரார் மெச்சும் இளைஞனாக வளர்ந்தார். அவருக்கு இடப்பட்டிருந்த பெயர் நம்பி ஆரூரார். ஆனால் பார்ப்பதற்கு பொலிவான தோற்றமுடையவராக இருந்ததால் அவர் சுந்தரர் என்றும் அறியப்பட்டார். உரிய காலத்தில், அவருக்குத் திருமண ஏற்பாடுகள் நடந்தன. ஆனால், கல்யாணத்தன்று திடீரென அங்கு தோன்றிய, அந்தக் கிராம மக்கள் யாருமே முன்பின் அறிந்திராத, ஒரு முதியவர், சுந்தரர் தனது சொந்த அடிமை என்றும், அவரைக் கூட்டிச்செல்ல வந்திருப்பதாகவும் கூறுகிறார். இதை யாரும் நம்பவில்லையென்றாலும், வலுக்கட்டாயமாகச் சுந்தரரை முதியவர் ஒரு சிவன் கோவிலுக்குக் கூட்டிச்செல்கிறார். கோயிலுக்குள் நுழைந்ததும் முதியவர் மறைந்து போகிறார். வந்தவர் சிவனேதான் என்றறிந்த சுந்தரமூர்த்தி சேர, சோழ, பாண்டிய நாடுகளில் ஊர்ஊராகச் சுற்றி சிவன் புகழ் பாடி, அற்புதங்கள் நிகழ்த்துகிறார். அரசவைகளிலும் செல்வந்தர் மத்தியிலும் இருந்தாலும் ஏழை எளியவர்களைச் சுந்தரமூர்த்தி மறக்கவில்லை.

அவர்களுக்காகவும் அற்புதங்கள் நிகழ்த்தினார். சிறிதுகாலம் சென்றபின் பரவை, சங்கிலி என்ற பெயர்கள் கொண்ட கடவுள் பக்தி மிக்க இரு பெண்களிடம் காதல் வயப்படுகிறார். இவர்கள் வேறு யாருமல்ல; கைலாசத்தில் இவர் விரும்பிய அதே இரு பெண்கள்தான். அவர்களையும் சிவன் பூலோகத்து அனுப்பி வைத்திருந்தார்.

சுந்தரமூர்த்தியும் உலக ஆசாபாசங்கள் உள்ளவராக இருந்தார். பொன்னையும் வெள்ளியையும் காணிக்கையாக ஏற்றார். சிவனுடைய கருணையில் ஆழ்ந்த நம்பிக்கை கொண்ட இவர், செல்வங்களை எதிர்பார்த்தார். தனது கண் பார்வையை இழந்தபோது ஒரு பொன் கோலை அளிக்கும்படி சிவனிடம் கேட்டார். கேட்டதெல்லாம் அவருக்குக் கிடைத்ததால் அவரை 'தம்பிரான் தோழர்' என்று மக்கள் குறிப்பிட்டார்கள். அவருக்குக் கொடுக்கப்பட்ட இன்னொரு பெயர் 'வன்தொண்டர்'.

8ஆம் நூற்றாண்டில் வாழ்ந்த சுந்தரமூர்த்தி 10ஆம் நூற்றாண்டில் நாயன்மாராக அறியப்பட்டார். நாயன்மார்களுள் சிறப்பான

சுந்தரமூர்த்தி நாயனாரும் பரவை நாச்சியாரும்

‘நால்வரில்’ ஒருவராகத் திகழ்ந்தார். அவர் எழுதிய 1056 பாடல்கள் **தேவாரத்தின்** ஒரு பகுதியாக உள்ளன. தஞ்சாவூர் பெரியகோயில் விமானத்தின் உட்பிரகாரச் சுவரோவியங்களில் அவர் வாழ்க்கையின் முக்கிய நிகழ்வுகள் சித்திரிக்கப்பட்டுள்ளன. சோழர் காலத்தில் அவர் அடைந்திருந்த புகழை இந்த ஓவியங்கள் பறைசாற்றுகின்றன.

இங்கே காட்டப்படும் செப்புப் படிமத்தில் இவர் மூன்று நெளிவுகளுடன் நிற்கிறார். கட்டுமஸ்தான உடலாக இருந்தாலும், உயரம் குறைவாகத் தெரிகிறது. இந்தப் படிமம் வட்ட முகம், நெறித்த புருவங்கள், சற்றே உப்பிய கன்னங்கள், எடுப்பான நாசி இவற்றுடன் செழிப்பான உதடுகளையும் கொண்டிருக்கிறது. தலைமுடி வழித்து, பின்புறம் கொண்டையாகக் கட்டப்பட்டுள்ளது. இம்மாதிரியான இறுக்கமான தலை அலங்காரமும் பெரிய தலையும் ஒரு அழுத்தமான தோற்றத்தைத் தருகின்றன.

சுந்தரர், பின்புறத் தோற்றம்

கழுத்தில் ஒரு சவடியும் இரு சங்கிலிகளும் அணிந்துள்ளார். மார்பின் குறுக்காக ஒரு முத்துச்சரமும் பூணூலும் போட்டிருக்கிறார். பூணூலின் ஒரு சிறு பகுதியும் முத்துச்சரத்தின் ஒரு பகுதியும் இரு தோள்களில் இடம் பெற்றுள்ளன. இரு கைகளில் கடகங்கள் உள்ளன. மணிக்கட்டில் மூன்று வளையல்களும் விரல்களில் மோதிரங்களும் அணிவிக்கப்பட்டுள்ளன. இரு தொங்குகாதுகளிலும் அணிகலன் ஏதும் இல்லை.

தோள்கள் சற்றுப் பெருத்து, பொருந்தாதது போல் தெரிகின்றன. அதிலும், வலது தோள் மேலெழும்புவது போல இருக்கிறது. மடிக்கபட்ட இடது கரம் சற்றுத் தூக்கலாக அருகிலுள்ள பரவை நாச்சியார் தோள்மீது இருப்பதுபோல உள்ளது. வலது கை மலரொன்றைப் பிடித்திருப்பதுபோன்ற பாவனையில் உள்ளது.

அரையில் இறுக்கமாகக் கட்டப்பட்டிருக்கும் அவரது வேட்டியைச் சுற்றி ஒரு அலங்காரப் பட்டை உள்ளது. அதற்குச்

சிறிது கீழே இடுப்பைச் சுற்றி ஒரு அணிகலன் உள்ளது. தொடைகளைச் சுற்றி இறுக்கமாக வேட்டி அணிவிக்கப் பட்டுள்ளது. வலுவாக ஊன்றப்பட்டிருக்கும் வலது கால் உடலின் எடையைத் தாங்கியிருக்கிறது. இடது கால் இயல்பாகத் தரையில் வைக்கப்பட்டிருக்கிறது.

அவர் தனது இரு மனைவிகளிடமும் பாசம் கொண்டிருந் தாலும், ஓவியங்களிலும் சிற்பங்களிலும் இவர் பரவை நாச்சியாருடன்தான் அதிகமாகக் காட்சிப்படுத்தப்படுகிறார். இங்கு பரவை நாச்சியாரின் சிற்பம் தோற்றத்திலும் உருவ அளவிலும் அவரது கணவரின் படிமத்துடன் ஒத்துப்போகிறது. அவர்கள் இருவரின் ஆடை, சிகையலங்காரம், அணிகலன்கள் எல்லாம் ஒரே மாதிரி உள்ளன. முகங்களும் – சற்றே உப்பிய கன்னங்கள், எடுப்பான நாசி – என ஒரே மாதிரியாக உள்ளன. இருவரின் தலைகளும், உடலளவுக்குச் சற்றே பெரிதாக இருப்பது தெரிகிறது.

பரவை நாச்சியாரின் தலைமுடி நேர் வகிடாக எடுக்கப் பட்டுப் பின்புறம் பிரிமணை வடிவக் கொண்டையாகக் கட்டப்பட்டுள்ளது. தலையில் அணியப்படும் புல்லகம் எனும் வட்டவடிவ ஆபரணங்கள் வகிட்டின் இருபுறமும் சூடப்பட் டுள்ளன. பிறைச்சந்திரன் வடிவிலும் சூரியன் வடிவி லும் மணிகள் பதிக்கப் பட்ட இந்த அணிகள் சந்திரப்பிரபை, சூரியப் பிரபை என்று அறியப்படுக் கின்றன. நெருக்கமாய் அணியப்பட்டுள்ள சவடி, ஒரு கண்டிகை, அத்துடன் சிறுசிறு பதக்கங்கள் பொருத்தப்பட்ட சங்கிலி இவை மூன்றும் கழுத்தை அலங்கரிக்கின்றன. பருத்த உருண்டையான மார்பகங்கள், ஒன்றை யொன்று நெருக்கமாக ஒட்டி உள்ளன. பூணூல் ஒன்றை இங்கு சிற்பி அமைத்திருந்தால் அது மார்பகங்களுக்கு இடையே ஓடி, சிறிது இடைவெளியை

பரவை நாச்சியார்

உண்டாக்கியிருக்கும். கணுக்கால் வரை இருக்கும் வரிகள் போட்ட புடவையை இடுப்பைச் சுற்றி மகரக் கொளுவியுடன் கூடிய ஒரு அரைப்பட்டிகை இறுக்கியுள்ளது. அதற்குக் கீழே ஒரு அலங்காரப் பட்டை தளர அணியப்பட்டிருக்கிறது.

பரவை நாச்சியாரின் வலது கை ஒரு மலரைப் பிடித்திருக்கும் பாவனையில் (கடகமுத்திரை) உள்ளது. இடது கை தளர்ந்து தொங்க விடப்பட்டிருக்கிறது. இரு முழங்கைகளுக்கு மேலும் கீழும் முத்தால் ஆன இரு கடகங்கள் அணிவிக்கப்பட்டுள்ளன. மணிக்கட்டில் வளையல்களும் விரல்களில் மோதிரங்களும் அணிசெய்கின்றன.

15

காரைக்கால் அம்மையார்

நாயன்மார்களில் காலத்தால் முந்திய காரைக்கால் அம்மையார் ஆறாம் நூற்றாண்டில் வாழ்ந்தவர் என்று நம்பப்படுகிறது சைவ நூலான **பன்னிரு திருமறை**களில் அவரது பாடல்கள் இடம்பெற்றுள்ளன.

நல்ல வசதியான குடும்பத்தில் பிறந்து புனிதவதி என்ற பெயர் கொண்டு வளர்ந்த இவருக்குச் சிறு வயதிலேயே சிவனிடம் மிக்க ஈடுபாடு ஏற்பட்டது. வனப்புடைய இளம் பெண்ணாக வளர்ந்த பின் இவர் லட்சுமிக்கு ஒப்பிடப்பட்டார். காலாகாலத்தில் பரமதத்தன் என்ற வணிகர் ஒருவருக்கு மணம் முடிக்கப்பட்டார். சிறிது காலத்திலேயே தனது மனைவி தெய்வீக அருள் பெற்றவர் என்பதை உணர்ந்த பரமதத்தன், அவரைவிட்டு விலகி, மதுரை சென்று அங்கு வேறு ஒரு பெண்ணை மணந்து தனக்குப் பிறந்த மகளுக்குப் புனிதவதி என்று பெயரிட்டு அங்கேயே வாழ்ந்துவந்தார்.

இவர் மதுரையில் வசிப்பதை அறிந்த புனிதவதியின் பெற்றோர், மகளுடன் அந்த நகருக்குச் சென்றனர். இவர்கள் வந்திருப்பதை அறிந்த பரமதத்தன், தன் மனைவி, மகளுடன் அவர்களைச் சந்திக்கச் சென்றார். மூவரும் புனிதவதியின் கால்களில் விழுந்து வணங்கினார்கள். தான் புனிதவதியை விட்டுப் பிரிந்ததற்கு விளக்கம் கூறிய பரமதத்தன், அவர் தெய்வீக அம்சங்கள் உடையவர் என்பதை உணர்ந்ததால் அவருடன் தாம்பத்திய உறவு கொள்ள முடியவில்லை என்றும், அதனாலேயே அவரை விட்டு விலகினார் என்றும் கூறினார். இதைக் கேட்ட புனிதவதி, தன்னைப் பேயுருக்

ஐ. ஜோப் தாமஸ்

காரைக்கால் அம்மையார்

கொண்டவளாக மாற்ற வேண்டி சிவனிடம் மன்றாடினார். அவரது வேண்டுகோளுக்கேற்ப சிவன் அவரை உருமாற்றம் செய்தார்.

அதன் பின் புனிதவதி கைலாசத்தை நோக்கிப் பயணம் கொண்டார். இமயத்தை அடைந்து, பின் அங்கிருந்து சிவனின் இருப்பிடத்தை அடையக் கைகளால் ஏற ஆரம்பித்தார். அவரது பக்தியின் தீவிரத்தைக் கண்ட சிவன் அவரை 'அம்மையே' என்று அழைத்து என்ன வேண்டும் என வினவினார். அதற்குப் புனிதவதி எனக்குப் பிறவாவரம் வேண்டும். அப்படியே பிறந்துவிட்டாலும், உன் கால்களருகே எப்போதும் இருந்து, நீ ஆடும்போது நான் பாடிக்கொண்டிருக்க வேண்டும் என்று கேட்டுக்கொண்டார். அதற்குச் சிவன் திருவாலங்காட்டிற்கு அவர் சென்றால் அங்கே தனது நடனத்தைப் பார்க்கலாம் என்றார். மறுபடியும் அம்மையார் கைகளால் நகர்ந்தே திருவாலங்காடு சென்றார். அங்கே கோயிலில் நுழைந்ததும் கருவறையில் சிவன் நடனமாடுவதைக் கண்டார். இந்தப் புள்ளியில் புனிதவதியின் கதை முழுமையாகிறது.

சிவன் நடனமாடும்போது கூடவே இருக்கும் வரம் அவருக்கு அருளப்பட்டதால், பல நடராஜர் கற்சிற்பங்களில் ஒருபுறம் காரைக்கால் அம்மையார் உருவம் காட்சிப்படுத்தப்பட்டிருப்பதைக் காண முடியும். ஊர்வலப் படிமமாகச் செப்புச் சிலைகள் உருவாக்கப்பட்டபோது அம்மையார் பேயுருவில் இருக்கும் சிறிய செப்புருவம் தனியாகச் செய்யப்பட்டு நடராஜர் செப்புத் திருமேனியுடன் வைக்கப்பட்டது. முந்தைய பிறவியில் அவர் நீலி எனும் பேயுருக்கொண்ட தெய்வமாக பிறந்திருந்த போது சிவன் அவளை மணந்திருந்தார். சில கோயில்களில் அம்மையாரின் உருவம் தனி ஊர்வலப் படிமமாகவும் செய்யப்பட்டது.

நாயன்மார்களின் படிமங்கள் ஒவ்வொன்றும் அவரவரைப் புனிதத் தளத்திற்கு உயர்த்திய நிகழ்வைச் சித்தரிக்கும் வண்ணமே உருவாக்கப்பட்டன. நாயன்மார்களைத் தாங்கள் புரிந்துகொண்டபடியே சிற்பிகள் வடிமமைத்தார்கள். எடுத்துக்காட்டாகக் கண்ணப்ப நாயனார் மூன்று வடிவில் காட்டப்பட்டுள்ளார். காரைக்கால் அம்மையார் சிலையைச் செய்வதற்குச் சிற்பிகள் பேயுருவையே தேர்ந்தெடுத்தனர். அம்மையார் தனது உருவத்தை விவரிப்பதைப் படித்தால், அவரை வேறு எந்த உருவில் காட்டுவதும் தெய்வக் குற்றமாகலாம் போலிருக்கிறது

கொங்கை திரங்கி நரம்பெழுந்து
குண்டுகண் வெண்பற் குழிவயிற்றுப்

பங்கி சிவந்திரு பற்கள் நீண்டு பரடுயர்
நீள்கணைக் காலோர் பெண்பேய்
தங்கி அலறி உலறுகாட்டில்
தாழ்சடை எட்டுத்திசையும் வீசி
அங்கங் குளிர்ந்தனல் ஆடும் எங்கள்
அப்பன் இடந்திரு ஆலங்காடே[1]

மெலிந்த கை கால்கள் துருத்திக்கொண்டிருக்க, தரையில் குத்தவைத்து உட்கார்ந்திருக்கும் அம்மையாரின் உருவம், தீக்கிரையான ஒரு வீடுபோல் இருக்கிறது. அவரது தொய்வுற்ற தோள்கள், எலும்பே உருவான உடல் ஒரு இறுக்கத்தை உருவாக்கு கின்றன. நெரித்த புருவமும், புடைத்துக்கொண்டிருக்கும் விலா எலும்புகளும் உடலின் வறட்சியைக் கூட்டிக் காண்பிக்கின்றன. லட்சுமி போன்று எழிலார்ந்த அழகுடன் இருந்த உருவம் இன்று உருக்குலைந்து குழி விழுந்த கண்கள், உலர்ந்த உதடுகளுடன் ஒரு காய்ந்துபோன மரம் போலிருக்கிறது. படிமம் வைக்கப்பட்டிருக்கும் சதுர பீடமும் அலங்காரமற்று இருக்கிறது.

தன்னைப் பற்றி அம்மையார் பதிவு செய்திருந்த விவரிப்பைச் சிற்பி வெற்றிகரமாக ஒரு உருவாகப் படைத்துவிட்டார் என்றே சொல்ல வேண்டும்.

---

1. திருஆலங்காட்டு மூத்ததிருப்பதிகம்

16

சண்டேசர்

சண்டேசருக்குப் பெற்றோர் இட்ட பெயர் விசாரசர்மன். அவரது தந்தை எச்சதத்தன் ஒரு வேத விற்பன்னராயிருந்தபடியால் விசாரசர்மனும் சிறுவயதிலேயே வேதங்களைப் படித்தறிந்திருந் தார். ஒருநாள், வீடு திரும்புகையில் ஒரு இடையன் தான் மேய்த்துக்கொண்டிருந்த மாடுகளில் ஒன்றை கம்பால் அடித்ததைக் கண்டு, விசாரசர்மன் அந்த மாடுகளை தானே மேய்ப்பதாக ஏற்றுக்கொண்டார். தினமும் நல்ல தீவனம் உள்ள இடங்களில் அம்மாடுகளை மேய்த்தார். அவரது பராமரிப்பில் நன்றாகச் செழித்திருந்த மாடுகள் தானாகப் பால் சொரிய ஆரம்பித்தன. இது வீணாக மண்ணில் வீழ்கிறதே என்று நினைத்த விசாரசர்மன், மாலை யில் மாடுகளைத் தண்ணீர் குடிக்க ஆற்றுக்கு ஓட்டிச்செல்லும்போது, அங்கே ஈர மணலில் ஒரு லிங்கம் செய்து, அதற்குப் பாலால் அபிஷேகம் செய்து வழிபட்டுவந்தார். இதைக் கண்ட கிராமத்து மக்கள் சிலர், இவர் பாலை மணலில் கொட்டி வீணாக்குகிறார் என்று எச்சதத்தனிடம் முறையிட்டனர். ஒருநாள் மாலையில் மரத்தின் ஓரத்தில் மறைந்திருந்து கவனித்த அவர், மணல் லிங்கத்திற்குப் பாலை விசாரசர்மன் ஊற்றுவதைக் கண்டு தனது மகன் சிவனை வழிபடுகிறார் என்று அறியாமல் பால்குடத்தைக் காலால் உதைத்தார். இதைக் கண்டு வெகுண்ட விசாரசர்மன், யாரென்று

ஐ. ஜோப் தாமஸ்

சண்டேசர்

கூடப் பார்க்காமல் தடி ஒன்றை அந்தக் காலை நோக்கி வீசுகிறார். தடி மழுவாக மாறி எச்சதத்தனின் காலைத் தறித்து விடுகிறது. இளைஞனின் ஈடுபாட்டைக் கண்ட சிவன், உமையுடன் தோன்றி ஒரு மலர்மாலையைத் தன் பக்தனின் தலையில் சுற்றி அவரைச் சண்டேச நாயனாராக அறிவிக்கிறார். அது மட்டுமல்ல, சிவனுறை கோயில்களிலுள்ள சொத்துகளுக்குக் காவலராக அவரை நியமித்து, அவரை ஒரு நாயனாராக்குகிறார். எச்சதத்தனுக்கும் உயிர் கொடுக்கிறார்.

சோழர் காலத்தில் சண்டேசர் வழிபாடு பிரசித்தி பெற்றிருந்தது. கங்கைகொண்டசோழபுரத்தில் அவர் தலையில் சிவன் மலர்மாலை சுற்றும் காட்சி சண்டேசனுக்கிரகமூர்த்தி என்றறியப்படும் பிரம்மாண்டமான சிற்பமாக வடிவமைக்கப்பட்டுள்ளது. பெரிய சிவாலயங்களில் சண்டேசருக்கெனத் தனிப் பரிவார ஆலயம் இருப்பதைக் காணலாம். சிவனை வழிபட வருபவர்கள் கடைசியாகச் சண்டேசரை வழிபட்ட பின்னரே வெளியே செல்வர். ஊர்வலப் படிமங்களைக் கோயிலுக்கு வெளியே எடுத்துச் செல்லும்போது, கோவிலின் சொத்துகளுக்குப் பொறுப்பாளரான சண்டேசர், ஊர்வலத்தின் கடைசிப் பகுதியில் இடம்பெறுவார். நியதிகள்படி, நாயன்மார் ஒவ்வொருவருக்கும் அவர்களது பக்தி வெளிப்பாட்டுடன் தொடர்புடைய பொருட்கள் குறியீடுகளாகக் காட்டப்பட வேண்டும். சண்டேசரின் தொன்மப்படி அவர் பயன்படுத்திய மழுவும், சிவன் சுற்றிய மாலையும் சிறப்பிடம் வகிப்பவை ஆதலால் அவரது சிலைகளில் இவை இரண்டும் தவறாமல் இடம்பெறும்.

இங்கு நாம் காணும் செப்புப் படிமம் இடக்காலை மடித்து வைத்து வலக்காலைத் தொங்கவிட்டுப் பீடத்தில் ஊன்றியபடி அமர்ந்திருக்கும் சண்டேசரைக் காட்டுகிறது. மடிக்கப்பட்ட இடது கை ஏதோ ஒன்றைப் பிடித்திருப்பது போன்ற பாவனையில் உள்ளது. இது மழுவாகத்தான் இருந்திருக்க வேண்டும். இம்மாதிரியான உபகரணங்கள் – அம்பு, மலர் போன்றவை – தனியாக வடிவமைக்கப்பட்டுப் பொருத்தப்படுவதும் உண்டு. தஞ்சாவூர் பெரிய கோயிலின் சண்டேசர் செப்புப் படிமம் செய்யப்பட்டபோது, மழு தனியாகச் செய்யப்பட வேண்டும் என்று அந்தக் கொடையாளர் கேட்டுக்கொண்ட பதிவின் மூலம் இதை நாம் அறிய முடிகிறது.

சண்டேசர் தலைமுடி சடாமகுடமாகக் கட்டப்பட்டிருக்கிறது. சிவன் கொடுத்த பூமாலை தலையில் சுற்றப்பட்டிருப்பதைக் காணலாம். தலையின் உச்சியிலும் ஒரு பூ வைக்கப்பட்டுள்ளது. இவரது சிலைகள் எல்லாவற்றிலும் பின்கழுத்தில்

முடிக்கற்றைகள் விழுந்திருப்பது காட்டப்பட்டிருக்கும். கண்கள் மூடி தியானத்தில் இருப்பது போல, கருணையே உருவாய் சண்டேசர் தோற்றமளிக்கிறார்.

ஒரே ஒரு எளிய அணிகலன் சண்டேசரின் கழுத்தை அலங்கரிக்கிறது. பரந்த நெஞ்சின் குறுக்கே அணியபட்டுள்ள பூணூல் வயிற்றுக்கச்சையின் மேல் சென்று இடுப்பைச் சுற்றிப் போகிறது. மார்பின் முன்பாகம், சிற்ப நியதிகளில் குறிப்பிடுவது போல், ஒரு எருதின் நெற்றியை நினைவுபடுத்துகிறது.

இளமையான உடல் வாகும் எளிமையான அணிகலன்களும் சிலையின் எழிலைக் கூட்டுகின்றன. படிமத்தின் ஒவ்வொரு பகுதியும் – ஆலிலை போன்ற முகம், முக்கோண வடிவ நெஞ்சு, நீள்சதுர பீடம் – சிறப்புடையவை. உடலுறுப்புகளும் ஆபரணங்களும் அவற்றை ஒன்றிணைக்கின்றன.

17

தனி அம்மன்: துணையில்லாத தெய்வம்

அமெரிக்காவில், வாஷிங்டன் நகரிலுள்ள ஃப்ரீயர் அருங்காட்சியகத்தில் (Freer Gallery) காட்சிப்படுத்தப்படுள்ள பிரசித்திபெற்ற இந்தச் சோழர் காலச் செப்புத் திருமேனி கலை வரலாற்றாசியர்களின் கவனத்தை ஈர்த்திருக்கிறது. இது ஒரு பெண் தெய்வமா அல்லது கொடையாளர் ஒருவரின் உருவச் சிற்பமா என்ற விவாதம் நடைபெற்றுக் கொண்டிருக்கிறது. பராமரிப்பு சீரிய முறையில் இருப்பதால் ஒரு மீட்டர் உயரமுள்ள இந்த எழிலார்ந்த பிரதிமம் இன்றும் நல்ல நிலையில் இருக்கிறது. தினமும் கலைப் படைப்புகளைக் காண ஆயிரக் கணக்கனோர் வரும் அந்த இடத்தில் இச்சிற்பம் தன் எழிலைப் புலப்படுத்திக் கொண்டிருக்குமாறு காட்சிப்படுத்தப்பட்டிருக்கும் விதமும் சிறப்பாக உள்ளது. அதனால்தான் இதன்மீது இவ்வளவு கவனம்.

ஆண் கடவுளர்களின் உருவ நியதிகள், படிமவியல் அம்சங்கள் பற்றித் துல்லியமான நியதிகளைச் சிற்ப நூல்கள் விவரித்துள்ளன. ஆனால், பெண் தெய்வங்களைப் பற்றி அவ்வளவு விவரமான விதிகள் இல்லை. கடவுளரின் துணைவியார், காட்சிக்கு அழகாக, இயல்பான நிலையில் இருப்பது போல் இரு கைகளுடன் மட்டுமே உருகாக்கப்பட்டனர். இந்தப் படிமத்திலும் எந்த அடையாளமோ, சின்னமோ இல்லை. ஆனால், அவர் நிற்கும் தோரணை, ஆண் தெய்வத்தின்

தனி அம்மன்

அருகில் இருக்கும் சிலைபோல உள்ளது. அவரது கரண்ட மகுடம், கையில் பூ ஒன்றைப் பிடித்திருப்பதுபோன்ற பாவனை, இந்தப் பெண் உருவம் ஒரு தெய்வமே என்பதை உறுதிபடுத்துகின்றன.

படையெடுப்பின்போது கோயில்களிலிருந்த உற்சவ மூர்த்திகளைப் பாதுகாக்க அவை ஒளித்து வைக்கப்பட்டன என்று முன்னர் பார்த்தோம். அவசரமாக அப்படிச் செய்யும்போது குறுகிய இடத்தில் பல செப்புச் சிலைகள் ஒன்றாக மறைத்து வைக்கப்பட்டன. ஆபத்து நீங்கிய பின் இந்தப் படிமங்களை எடுத்து மறுபடியும் வழிபாட்டுக்குக் கொண்டு வரும்போது இணை மாறிவிடும் வாய்ப்பு இருந்தது. அதிலும் படிமவியல் குறியீடுகள் ஏதும் இல்லாத பெண் செப்புச் சிலைகளை அடையாளம் காண்பதும் சிரமம். இம்மாதிரியாகத் தனியாக விடப்பட்ட பெண் தெய்வச் செப்புத் திருமேனிகள் 'தனி அம்மன்' என்ற பொதுவான பெயரில் வழிபடப்பட்டன. துணைவர் யாரென்று அறியப்படாதிருந்தாலும் அவர் ஒரு பெண் தெய்வம் என்ற தகுதி அவருக்கு வழிபாட்டில் தரப்பட்டது. தமிழ்நாட்டிலுள்ள பல கோயில்களில் இம்மாதிரியான 'தனி அம்மன்'கள் வணங்கப்படுகிறாாகள.

1930இல் எழுதிய ஒரு கட்டுரையில் ஆனந்தா குமாரசாமி இந்தப் படிமம் லட்சுமி அல்லது பார்வதியாக இருக்கலாம் என்கிறார். அது யாரோ ஒருவரின் உருவச் சிற்பம் என்று அவர் கருதவில்லை. இந்த செப்புச் சிலையில் உருவச் சிற்பத்தில் இருக்க வேண்டிய எந்த அடையாளமும் இல்லை. கல்வெட்டு ஆதாரமும் இல்லை. இந்தப் பின்புலத்தில் பார்த்தால் இச்சிற்பம் ஒரு 'தனி அம்மன்' என்பது தெளிவாகிறது.

ஆனந்த குமாரசாமி
(1877–1947)

இந்தப் படிமம் சோழர் காலச் செப்புத் திருமேனிக்கு ஒரு உன்னத எடுத்துக்காட்டு. நேர்த்தியான வார்ப்பு. நேராக நிற்கும் நளினமான உடலமைப்பு. நீள்வட்ட வடிவமுகத்தில் எடுப்பான நாசியும், நீண்ட உதடுகளும் கொண்ட எழிலார்ந்த கலைப்படைப்பு இது. இடது கை தளரத் தொங்கவிடப் பட்டிருக்கிறது. வலது கை பூ ஒன்றை விரல்களால் பிடித்திருக்கும் பாவனையில் உள்ளது. பிரதிமை வைக்கப்பட்டிருக்கும் பீடத்தில் தாமரை இதழ் போன்ற அமைப்பு உள்ளது.

எளிமையான அணிகலன்கள். வளர்ந்து தொங்கும் காதுகளில் காதணி ஏதும் இல்லை. கழுத்தில் கண்டிகை, சவடி எனும் இரு ஆபரணங்கள் மட்டுமே. மார்பின் குறுக்கே பூணூல் செல்கிறது. கைகளில் தோள் வளைகளும் கடகங்களும் மணிக்கட்டில் வளையல்களும் அணியப்பட்டு உள்ளன.

தனி அம்மன்
பின்புறத்தோற்றம்

ஆனால், இந்த அருமையான சிற்பத்தில் சரிந்த தோள்கள் ஒரு குறை போலத் தெரியலாம். மனித உடலில் தோள்கள் பல இணைப்புகள் கூடிய பகுதி. பெரும் தசைகளும் தசைநார்களும் இப்பகுதியை ஒன்றாகப் பிடித்து வைக்கின்றன. இந்தப் பகுதிதான் உடலின் தோரணையை தீர்மானிக்கிறது. இதைச் சிற்பிகள் அறியாதவர்கள் அல்ல. ஆகவே, சரிந்த தோள்கள் இந்தச் சிற்பத்தின் கம்பீரத்தை எந்த வகையிலும் சீர்குலைக்காமல் கட்டுக்கோப்பான உடல் கொண்டதாக இப்படிமம் உருவாக்கப்பட்டிருக்கிறது. விம்மியிருக்கும் மார்புகள் உடலமைப்பிற்கு ஏற்ப இருக்கின்றன. இடையில் உள்ள ஆடை தொடைகளை ஒட்டியுள்ளது. அதன் மடிப்புகள் காட்டப்பட்டிருகின்றன.

இந்தச் செப்புத் திருமேனியில் பின்புறத் தோற்றத்திலும் சிற்பி அதே கவனம் செலுத்தியிருக்கிறார். மகுடமும், பின்கழுத்தில் சுருண்டு புரளும் முடிக்கற்றைகளும், தொங்கும் காதுகளும், பூணூலின் ஒரு பகுதியும், கையில் பூண்டிருக்கும் அணிகலன்களும், இடை ஆடையின் மடிப்புகளும் தோற்றத்திற்கு அழகூட்டுகின்றன.

இந்தத் தனி அம்மன் ஒரு சிறப்பான வடிவமைப்பு.

18

தாரா: பொன்முலாம் பூசிய செப்புப் படிமம்

லண்டன் பிரிட்டிஷ் அருங்காட்சியகத்தில் இருக்கும் இந்தச் சிற்பம் இலங்கையைச் சேர்ந்ததாயினும் அத்தீவின் செப்புப் படிமப் பாரம்பரியத்தைப் பிரதிநிதித்துவப்படுத்துவதால் இது இந்த நூலில் சேர்க்கப்பட்டுள்ளது. அதுமட்டுமல்ல, சுல்தான்கஞ்ச் புத்த சிற்பத்துக்குப் பின் கி.பி. 6 முதல் 9 வரை உள்ள காலகட்டத்தில் இந்தியத் துணைக்கண்டத்தில் செப்புப் படிமம் வேறு ஏதும் கிடைக்காததால், அக்காலகட்டத்தைச் சேர்ந்த இந்தப் படைப்பு சிறப்புக் கவனம் பெறுகிறது.

இலங்கையின் வரலாற்றை இரு புத்த புராணங்களான **சூளவம்சம், மகாவம்சம்** பதிவுசெய்கின்றன. இந்தியாவின் வங்கப் பகுதியைச் சேர்ந்த சின்ஹபஹு என்ற அரசன் மதுரை பாண்டிய இளவரசியை மணந்து, இலங்கையின் முதல் சிங்கள அரச வம்சத்தை ஆரம்பித்து வைத்தார். கி.மு. 268ஆம் ஆண்டு அசோகச் சக்ரவர்த்தியின் மகன் மஹிந்தா இலங்கைக்குப் பயணித்து அங்கு அரசன் திஸ்ஸாவைப் புத்த மதத்தைத் தழுவச் செய்து, புத்தத் துறவிகளுக்கு ஒரு மடத்தைத் தொடங்கிவைத்தார். உள்ளூர்த் தெய்வங்களான நாகர்களையும், இயக்கர்களையும் உள்வாங்கிப் புத்த மதம் அங்கு தழைக்க ஆரம்பித்தது. பிராமி எழுத்தைப் பயன்படுத்தி உள்ளூர் மொழியில் புத்தக் கொள்கைகள் பதிவுசெய்யப்பட்டன. இதுதான் சிங்கள மொழியின் துவக்கம். புத்த மடங்களும், பள்ளிகளும் நல்கைகளை ஈர்க்க

ஐ. ஜோப் தாமஸ்

தாரா

ஆரம்பித்து, செல்வம் கொழிக்கும் நிறுவனங்களாக மாறின. சிறிது காலத்தில் இங்கு திரண்டிருந்த திரவியத்தின்மேல் கண் வைத்து இந்தியாவிலிருந்து மன்னர்கள் படையெடுத்து வர ஆரம்பித்தனர். குப்தர் காலத்தில் வளர்ந்திருந்த புத்த கலையும் ஆந்திராவிலிருந்த சிற்பக் கலையும் இலங்கையில் எதிரொலித்தன. சிகிரியா சுவரோவியங்கள் அஜந்தா படைப்புகளையும் அமராவதி சிற்பங்களையும் ஒத்திருப்பதைக் கவனிக்க வேண்டும்.

இந்தியத் தமிழ் மக்களுக்கும் இலங்கை மக்களுக்கும், கிறிஸ்து சகாப்தத்துக்கு முன்பிருந்தே தொடர்பு இருந்தது. பாண்டிய மன்னர்கள், இலங்கை அரசக் குடும்பங்களில் பெண்ணெடுத்தது மட்டுமல்லாமல் படைக்கு ஆட்களை இருபுறமுமிருந்து எடுத்தனர். 993இல் ராஜராஜ சோழன் இலங்கையின் வடபகுதியைக் கைப்பற்றி அதைச் சோழ அரசின் ஒரு மாநிலமாக ஆக்கினார். அனுராதபுத்தை அழித்து, பொலனருவாவை இந்தப் புதிய மாநிலத்துக்குத் தலைநகராக்கினார். இலங்கையின் மீது சோழர்களின் பிடி ஐம்பது ஆண்டுகள் வரை இறுகி இருந்தாலும், 1070ஆம் ஆண்டு அவர்கள் இலங்கையை விட்டு வெளியேற்றப்பட்டனர். சோழ அரசர்கள் இலங்கையில் பல சைவ ஆலயங்களை எடுப்பித்தனர். என்றாலும், புத்த சமயம் தமிழகத்தில் பக்தி இயக்கக் காலத்தில் குன்றிப்போயிருந்தாலும் இலங்கையில் தழைத்திருந்தது.

மதுரையிலிருந்த பாண்டிய மன்னர்களுக்கும், இலங்கை அரசக் குடும்பங்களுக்கும் உறவு நீடித்திருந்தது. கண்டியை 1635 முதல் 1815 வரை ஆண்ட கடைசி ஏழு அரசர்களும் மதுரை நாயக்க மன்னர்களின் மகள்களையே மணந்தனர். பிரிட்டிஷார் கண்டி அரசர் விக்ரம ராஜசிம்ஹாவைப் பதவியிறக்கம் செய்தபோது அவர் தமிழகத்தில் வேலூருக்கு நாடுகடத்தப்பட்டு அங்கே 1832இல் காலமானார். அவரது சமாதி அங்கே தான் இருக்கிறது.

❍ ❍ ❍

புத்த தொன்மத்தின்படி, புத்தரின் இன்னொரு வடிவமான அவலோகிதேஸ்வரர் மக்களின் துயரைக் கண்டு கண்ணீர் சிந்தியபோது, ஒரு துளியிலிருந்து உருவானவர் தாரா எனும் பெண் தெய்வம். அவரும் அவலோகிதேஸ்வரரும் நெருக்கமான தெய்வங்கள்.

சமஸ்கிருதச் சொல்லான தாரயாதிதான் தாரா என்ற பெயரின் மூலம். ‘அக்கரைக்குச் செல்ல உதவுபவர்’ என்பது இதன் பொருள். அன்றாட வாழ்வில் எதிர்கொள்ளும் பாம்பு, திருடர் தாக்குதல், நீரில் மூழ்குதல் போன்ற ஆபத்துகளிலிருந்து

மக்களைக் காப்பாற்றும் தெய்வமாகத் தாரா போற்றப்படுகிறாள். இம்மாதிரியான ஆபத்துக்களைப் பயணங்களில் எதிர்கொள்ள வேண்டிவருவதால், அவள் பயணிகளைக் காக்கும் தெய்வமாகக் கருதப்படுகிறாள். தாரா என்ற சொல்லுக்கு இன்னொரு பொருள் தாரகை. கடற்பயணிகளுக்கு நட்சத்திரங்கள் வழிகாட்டுவதால், கடற்பயணத் தெய்வமாகவும், கப்பல்களை விபத்தினின்று காக்கும் தேவதையாகவும் தாரா அறியப்படுகிறாள்.

கண்டி ராஜ்ஜியத்தை 1803இல் பிரிட்டிஷார் தம் கைக்குள் கொண்டுவந்த பின்னர், இலங்கையின் கவர்னர் ஜெனரலாக இருந்த ராபர்ட் பிரௌன்ரிக் (Robert Brownrigg) இந்தச் செப்புப் படிமத்தைத் திரிகோணமலைக்கு அருகே ஒரு காட்டில் கண்டெடுத்ததாகச் சொல்லப்படுகிறது. அவ்வூருக்கு அருகே, திரியாய் என்ற இடத்தில் 7ஆம் நூற்றாண்டுச் சமஸ்கிருதக் கல்வெட்டு ஒன்று கண்டறியப்பட்டது. கடல் வணிகக் குழு ஒன்று, அவலோகிதேஸ்வரருக்கும் தாராவுக்கும் அங்கே ஒரு கோயில் எடுப்பித்ததைப் பதிவுசெய்கிறது. அந்தக் காலகட்டத்தில் திரிகோணமலைக் கடல் வாணிபத்தில் சிறந்ததொரு துறைமுகமாக விளங்கியது. இந்தியா, அரேபிய தீபகற்பம், தென்கிழக்கு ஆசியா போன்ற இடங்களிலிருந்து நாவாய்கள் இத்துறைமுகத்துக்கு வந்தன. ஆகவே திருகோணமலை அருகில் தாராவுக்கு ஒரு கோயில் கட்டப்பட்டதன் காரணம் புரிகிறது.

கலை வரலாற்றாசிரியர் ஆனந்தா குமாரசாமி இந்தச் சிலையைப் பத்தினித் தெய்வம் என்று முதலில் அடையாளம் கண்டார். அந்தக் காலகட்டத்தில் வட இலங்கையில் பத்தினித் தெய்வமாகக் கண்ணகி வழிபாடு மக்களிடையே பரவலாக இருந்தது. ஆனால், கூர்ந்து பார்க்கும்போது ஒரு தடயம் கிடைக்கிறது. கிரீடத்தின் முன்புறம் உள்ள ஒரு சிறிய குழி இந்தச் சிலையின் அடையாளத்தைக் காட்டிக்கொடுக்கிறது. அவலோகிதேஸ்வரருக்கான உருவ நியதிப்படி, புத்தரின் சிறிய ஒரு உருவத்திற்காக, கிரீடத்தில் ஒரு குழி இருக்கும். தாராவும் இம்மாதிரியான குழி உள்ள கிரீடத்தை அணிந்திருக்கிறாள். இந்தத் தடயத்தை வைத்து இது தாராவின் உருவம்தான் என்று உறுதிபடக் கூற முடிந்தது. ஒரு மீட்டர் 43 செ.மீ. உயரமான இந்தச் செப்புப் படிமம் பொன் முலாம் பூசப்பட்ட ஒன்று. இந்தியாவிலும் இலங்கையிலும் புத்த செப்புப் படிமங்களுக்குப் பொன் முலாம் பூசும் வழக்கம் இருந்தது. காவிரிப்பூம்பட்டினத்திற்கு அருகிலுள்ள மேலையூரில் கிடைத்த பொன் முலாம் பூசப்பட்ட மைத்திரேயரின் சோழர் காலச் செப்புப் படிமம் – 39.5 செ.மீ, – சென்னை அருங்காட்சியகத்தில் உள்ளது.

இந்தச் சிலை 1810இல் பிரிட்டிஷ் அருங்காட்சியகத்துக்கு வந்தாலும் அது காட்சிப்படுத்தப்படவில்லை. அந்தக் காலகட்ட ஒழுக்க நியதிப்படி மேலாடை இல்லாத இந்தப் பெண்ணுருவம் கவர்ச்சிகரமானது, பொதுமக்களுக்குக் காட்டத் தகுதியற்றது என்று கருதப்பட்டது. புத்த நூல்கள் தாராவை 'என்றும் இளமையானவள்' என்று வர்ணிக்கின்றன. அதே நிலையில் தான் அந்தச் சிலை வடிவமைக்கப்பட்டுள்ளது. இந்தப் படிமத்தை நோக்கும்போது அதன் கம்பீரமும் சாந்தமுமே மேலோங்கித் தெரிகின்றன. மெலிந்த கழுத்துடன் கூடிய வட்ட வடிவ முகம், அதன் மேலே உள்ள சடாமுடியின் மேல் ஒரு கிரீடம். இதில் உள்ள குழியைச் சுற்றிப் பதிக்கப்பட்டிருந்த பத்து விலையுயர்ந்த கற்களை (வைரம்?) இன்று காணவில்லை. ஆலிலை வடிவமான முகத்தில் நீளமான, பாதி மூடிய கண்கள், சற்றே உயர்த்திய புருவங்கள், எடுப்பான நாசி, இவை ஒரு அமைதியான தோற்றத்தைத் தருகின்றன. வளர்த்த தொங்கு காதுகளில் அணிகலன் ஏதுமில்லை. வலது கை அருளும் குறியீட்டிலும் இருக்கிறது. இடது கை சற்றே தூக்கியபடி ஒரு மலரைப் பிடித்திருக்கும் பாவனையிலும் இருக்கிறது. குறுகிய இடையைச் சுற்றியிருக்கும் மெல்லிய, பல மடிப்புகள் கொண்ட ஆடை பாதம் வரை நீள்கிறது.

இந்தப் படிமத்தை வடிவமைத்த சிற்பி பாலினப் பண்புகளை மனதில் கொண்டிருந்தார் என்பது தெளிவு. எனினும் அமைதியான இந்தப் பெண் உருவம் ஒரு தாய் தரும் அரவணைப்பை அளிப்பது போன்ற உணர்வை ஊட்டும் தோற்றம் கொண்டது.

19

உருவச் சிற்பங்கள்

இந்தியக் கலைப் பாரம்பரியத்தில் உருவச் சிற்பம் ஒருவரின் நிஜத் தோற்றத்தைக் காட்டுவதற்காக உருவாக்கப்படுவதில்லை. அவரைப் போற்றும் விதத்தில் சீர்மையாகச் சித்தரிப்பதுதான் அதன் நோக்கம். இந்து சிந்தாந்தத்தின்படி ஒவ்வொரு வருக்கும் ஆன்ம உருவமும் உடல் உருவமும் உண்டு. ஒரு ஆன்மா எடுக்கும் பல பிறவிகளில் இந்த வாழ்க்கையும் ஒன்று. அதன்படி, உடல் உருவம் பல பிறவிகளில் வேறு வேறு வடிவம் கொள்வதால், ஒருவரின் தோற்றம் அவரது உண்மையான ஆளுமையைப் பிரதிபலிப்பதில்லை. அதனால், ஒருவரது உருவச் சிற்பத்தைப் படைக்க வேண்டிவந்தால் சிற்பிகள் அவரது உண்மைத் தோற்றமல்லாமல் ஒரு சீர்மையான தோற்றம் கொண்ட உருவத்தைப் படைக்க முயல்கிறார்கள். படிமவியலில் உருவச் சிற்பங்களுக்கு நியதிகள் ஏதும் கொடுக்கப்படவில்லை. ஆகவே, அவற்றில் உடல் தோற்றவமைதி, நிலைப்பாடு, அணியமைப்பு இவற்றைச் சிற்பிகள் தாங்களே வகுத்துக்கொண்ட விதிகளின்படி அமைத்தார்கள்.

ஒரு கோயிலுக்கோ அல்லது மண்டபத்துக்கோ புரவலர் ஒருவர் கொடையளித்திருந்தால் அங்கே அவரது உருவச் சிலை நிறுவப்பட்டது. அத்தகைய சிற்பத்தின் தோற்றவமைதி, நிற்கும் தோரணை போன்றவை அவரைப் போற்றும் வகையில் அமைக்கப்பட்டன. அவரது பக்தி, வீரம், தயாள

குணம் இவற்றைக் காட்சிப்படுத்தச் சிற்பிகள் முயன்றனர். கோயில்களில் பொதுவாகப் புரவலர்களின் உருவச் சிற்பங்கள் கை கூப்பிய நிலையில் உருவாக்கப்பட்டன. இது இறைவனை வழிபடுவது போல மட்டுமல்லாமல் கோயிலுக்கு வரும் பக்தர்களை வரவேற்பதுபோலவும் அமைந்திருக்கும்.

சில புரவலர்களுக்கும் அவர்கள் கொடையளித்த, அவர்கள் உருவச் சிற்பங்கள் உள்ள கோயில்களுக்கும் இருந்த உறவை நாம் சற்றுக் கூர்ந்து கவனித்தால் இச்சிற்பங்கள் உருவாக்கப் பட்ட பழக்கம் பற்றிச் சிறிது அறிய முடியும். கோயில் கட்டக் கொடையளித்தவர்களின் உருவச் சிற்பம் கற்சிலையாகக் கோயிலில், பக்தர்கள் கண்ணில் படும்படியான இடத்தில் நிறுவப்பட்டது. கும்பகோணம் நாகேஸ்வரர் கோயில், ஸ்ரீனிவாசநல்லூர் குரங்கநாதர் கோயில் இவற்றில் உள்ள உருவச் சிற்பங்கள் இம்மாதிரியானவைதான்.

ஒரு கோயிலின் பராமரிப்பிற்காக அறக்கட்டளையை அளித்தவர் களின் உருவச் சிற்பம் உலோகத்தால் உருவாக்கப்பட்டு அங்கு வைக்கப் பட்டது. நாம் நன்கறிந்த எடுத்துக் காட்டு திருப்பதியில் உள்ள கிருஷ்ண தேவராயரின் செப்புப் படிமம். சில கொடையாளர்களின் உருவம் சுவரோவியங்களில் இடம்பெற்றது. தஞ்சாவூர் பெரிய கோயிலில் உள்ள ஓவியத்தில் தீட்டப்பட்டிருக்கும் மன்னன் ராஜராஜன் உருவம்போல, விஜயநகர் காலத்திலும் புரவலர் களைப் போற்றி இவ்வாறான உருவ ஓவியங்கள் தீட்டப்பட்டன. கோயில் கட்டிய அல்லது அறக்கட்டளை அளித்த எல்லாப் புரவலர்களுக்கும் உருவச் சிலை வைக்கப்படவில்லை என்பதையும் இங்கு நாம் நினைவில் கொள்ள வேண்டும்.

கொடையாளர்

ஒரு கோயிலில் உருவச் சிலை வைக்கப்பட்ட பின்னர், அதைப் பராமரிக்கவும் அதன் அருகில் ஒரு நந்தாவிளக்கை வைக்கவும் அறக்கட்டளை ஒன்றும் அளிக்கப்பட்டது. ஒரு உருவச் சிற்பம் வைக்கப்பட்ட பின் அது எப்போதும் கடவுளை

வழிபடுவதைப் போலவும், வரும் பக்தர்களை வரவேற்பது போலவும் தோற்றம் அளித்துக்கொண்டிருந்தது.

கொடையாளர்

நிமிர்ந்த தலையுடன் கைகள் இரண்டையும் கூப்பித் தனது பருத்த உடலை சமநிலையில் தாங்க, கால்களைச் சற்றே அகற்றி நிற்கும் இந்த உருவச் சிலை பக்தியையும் நம்பிக்கையும் நினைவூட்டுகிறது. வாரி விடப்பட்ட தலைமுடி, கழுத்தில் அணிந்திருக்கும் பதக்கம், தடித்த பல புரிகள் கொண்ட பூணூல், அலையலையாய்ப் படிந்திருக்கும் மெல்லிய வேட்டி போன்றவை அவருடைய அந்தஸ்தைக் காட்டுகின்றன.

உருண்டையான தலை, உணர்வைப் பிரதிபலிக்கும் முகம், குறுகிய கழுத்து உள்ள உருவம். சற்றே பருத்த உடலும் அவரது தொப்புளைப் பெரிதாக்கிக் காட்டும் பெருத்த தொப்பையும் அவர் வசதி படைத்தவர் என்பதைக் காட்டுகின்றன.

வழிபடுபவர்

கூப்பிய கைகளுடன், நேராக நிற்கும், சாந்தமான முகம் கொண்ட இந்த வாலிபரின் உருவச் சிலை துறவையும் அர்ப்பணிப்பையும் நினைவூட்டுகிறது. சற்றே ஒருக்களித்த தலையும் தியான நிலையைப் பிரதிபலிக்கும் முகமும் அவரது பவ்வியமான தோரணையை யும் பணிவையும் காட்டுகின்றன. ஒட்ட வெட்டப்பட்ட சுருட்டை முடியின் நடுவே முன்குடுமி உள்ளது. காதணியற்ற தொங்கு காதுகள் துறவறத்தைக் காட்டுகின்றன. கழுத்தில் ஒரு ருத்திராட்ச மாலையும். மார்பின் குறுக்கே முப்புரிப் பூணூலும் அணிவிக்கப்பட்டுள்ளன. குறைந்தபட்ச ஆடை. ஒரு கோவணம் மட்டும்தான். கையில் வேல் மட்டும் இருந்தால் இவர் இன்னொரு கோமணாண்டி பழனி முருகன் போல் காட்சியளிப்பார்.

வழிபடுபவர்

அசப்பில் பார்த்தால் இந்தச் செப்புப் படிமத்தில் தனிப்படுத்திக் காட்டும் அடையாளச் சின்னம் ஏதும் இருப்பதாகத்

தெரியாவிட்டாலும், கூர்ந்து நோக்கினால் அவரது முன்குடுமி, ருத்திராட்சமாலை, பூணூல், கோவணம் கட்டப்பட்டிருக்கும் விதம் இவை அவரை ஒரு அர்ச்சகர் என்பதைப் பறைசாற்றுகின்றன. ஒழுக்கம் நிறைந்த, ஆன்மீக வாழ்வின் அடையாளமாக அவரது உறுதிபடைத்த கைகாலுறுப்புகள் உள்ளன.

அடுத்து, இந்தப் படிமங்கள் பாரம்பரியமாக எவ்வாறு செய்யப்பட்டன, அவை சார்ந்த மரபொழுங்குகள் என்ன என்பதைப் பார்க்கலாம்.

20

செப்புப்படிம வார்ப்பு முறைகள்

இந்தியாவின் உலோக உருவப் பாரம்பரியம் சிந்து சமவெளி நாகரிகக் காலத்திலிருந்தே தொடங்குகிறது. ஹரப்பாவில் கிடைத்த கி.மு. 2000 ஆண்டைச் சார்ந்த சிறிய, 10 செ.மீ. அளவேயுள்ள நடனப் பெண்மணியின் வெண்கல உருவம் நேர்த்திக்கும் வார்ப்பின் தொழில்நுட்பத்துக்கும் உலகப் புகழ் பெற்றது. உருவில் பெரிய செப்புப் படிமங்களில் பிரசித்திபெற்றது குப்தர் காலத்தைச் சார்ந்த (கி.பி. 600–700) 2.3 மீட்டர் உயரமுள்ள சுல்தான்கஞ்ச் புத்தர் என்று அறியப்படும் உருவச் சிலையே. குப்தப் பேரரசு கங்கைச் சமவெளியில் கோலோச்சியது. ஆனால், அந்த நிலப்பாங்கு காரணத்தினால் உலோகச் சிற்பங்கள் அழிந்துவிட்டன. தென்னிந்தியாவில் பாறைத்தளத்தில் நிலம் உறுதியாக இருப்பதால் இத்தகைய படிமங்கள் எஞ்சியுள்ளன. நூற்றாண்டு களாக இந்தப் பகுதியில் பல வம்ச மன்னர்கள் ஆண்டிருந்தாலும் வெளியிருந்து படையெடுப்புகளை எதிர்கொண்டாலும், கலைப் பாரம்பரியத்தின் தொடர்ச்சி குலையாமல் இருந்துவந்திருக்கிறது.

தமிழகத்தில் ஆதிச்சநல்லூர் அகழ்வாய்வில் கிடைத்த சுமார் 17 செ.மீ. உயர பெண் தெய்வச் செப்பு உருவம் அண்மையில் சென்னை அருங்காட்சியகத்தில் காட்சிப்படுத்தப்பட்டது. அங்குக் கிடைத்த முதுமக்கள் தாழி ஒன்றிலிருந்த தாமிரக் கைவினைப்பொருள் ஒன்றை மணிப்பூர்

ஆதிச்சநல்லூர் செப்புப்படிமம்

பல்கலைக்கழகத்தைச் சேர்ந்த அறிவியலாளர் ராஜ் கிஷோர் கார்டியா, வேதியல் முறைப்படி காலக்கணிப்பு செய்து, இது ஏறக்குறைய கி.மு. 1000 ஆண்டு காலகட்டத்தைச் சேர்ந்தது என்று கூறுகிறார் (*The Hindu* 13.1.18). இந்த அறிவிப்பினால், செப்புச் சிற்பப் பாரம்பரியம் தமிழகத்தில் மூவாயிரம் ஆண்டுகள் பழமை யானது என்று அறியப்படுகிறது.

உற்சவமூர்த்திகள்

தமிழகத்தில் பல்லவர்கள் (கி.பி. 600–800) குடவரைக் கோயில்களை குடைந்து உருவாக்க ஆரம்பித்தனர். அவர்களுக்குப் பின் வந்த சோழர்கள் (கி.பி. 850–1250) கற்களையும் செங்கல்லையும் சேர்த்துப் பிரம்மாண்டமான கோயில்களை உருவாக்கினார்கள். அவர்கள் கட்டிய கோயில்கள் பரிவாரத் தேவதைகளுக்கான கோயில்களையும் உள்ளடக்கி இருந்தன. இந்தக் காலகட்டத்தில் கோயில்களில் வேதம் சார்ந்த சடங்குகள் அதிகரித்தன. கோயில்களுக்குச் செப்புப் படிமங்களைக் கொடையாக அளிப்பது சோழ அரசக் குடும்பத்தில் ஒரு வழக்கமானது, பல்லவர் காலத்தில் வார்க்கப்பட்ட செப்புச் சிலைகள் நமக்குக் கிடைத்திருந்தாலும், சோழர் காலத்தில்தான் செப்புப் படிமங்கள் செய்து படைப்பது பரவலான வழக்கமாக நிலை பெற்றது. திருவிழாவின்போது ஊர்வலத்தில் இந்தப்படிமங்கள், மேளதாளங்களுடன், நடனத்துடன் வீதிகளில் எடுத்துச் செல்லப்பட்டன. கோயிலிலுக்குள் சென்று வழிபட இயலாதவர்கள், கடவுளரின் படிமத்தைக் கண்டு வணங்க இந்தச் சடங்கு வழி செய்தது.

படிமங்களுக்கான கொடை

சோழர் காலத்தில் அரசக் குடும்பத்தார், அவர்கள் உறவினர்கள், பிரபுக்கள் செப்புச் சிலைகளைக் கொடையாக அளித்தனர். அரசரைச் சார்ந்தவர்களைத் தவிர, நகரத்தார்கள், அதாவது கடல் கடந்து வணிகம் செய்து பொருளீட்டியவர்கள், சிலரும் படிமங்களை அளித்தனர். இப்படிக் கொடை அளிப்பதில் ஒரு படிநிலை கடைப்பிடிக்கப்பட்டது. வழமையாக, மன்னர்கள் கடவுளரின் உருவையும், அரசிகள் தேவியின் உருவையும் செப்புப் படிமமாக அளித்தனர். அரசக் குடும்பத்தைச் சார்ந்த மற்றோர் வெவ்வேறு சிலைகளைக் கொடுத்தனர். செல்வந்தர்கள், கடவுளர்களின் மற்ற வடிவங்களையும், அருட்தொண்டர்களின் உருவச் சிற்பங்களையும் அளித்தனர்.

அறக்கட்டளைகள்

சடங்காச்சாரங்களுடன் ஒரு உருவச் சிற்பம் நிறுவப்பட்ட பின், அதற்கு ஆடை அணிவித்து, உணவளித்து உயிரோடுடன் இருப்பவர் போல வழிபடப்பட்டது. கொடையாளர்கள் ஏற்படுத்திய அறக்கட்டளை மூலம் வந்த வருமானம் இதற்காகச் செலவிடப்பட்டது. பொன், வெள்ளியாலோ, நிலம் அல்லது கால்நடைகள் எண்ணிக்கையாலோ ஏற்படுத்தப்பட்ட இம்மாதிரியான அறக்கட்டளைகள் கோயிலின் பொருளாதாரத்

தகுதிக்கு ஏற்ப அமைக்கப்பட்டன. கொடையாகக் கிடைத்த வற்றைத் துல்லியமாகப் பதிவுசெய்து, அவ்வப்போது அவற்றைக் கணக்குப் பார்க்கவும் விதிமுறைகள் இருந்தன. ஆனால், அவை சரியான முறையில் அமுல்படுத்தப்பட்டனவா என்று யாரும் சோதனை செய்யவில்லை. கடவுள் பயம், தர்மத்தில் நம்பிக்கை, சமூக நல்லெண்ணம் இவையே நியதிகளாக இயங்கின.

படிமங்கள் உலோகத்தால் முழுமையாக வார்க்கப்பட வேண்டும் என்று சிற்ப நூல்கள் கூறுகின்றன. அதாவது, படிமத்தின் உள்ளே வெற்றிடம் ஏதும் இருக்கக் கூடாது. அந்தக் காலத்தில் சில கிராம்களே எடையுள்ள ஒரு செப்பு நாணயம்கூட நல்ல மதிப்பு கொண்டிருந்தது. நூறு கிலோ எடை கொண்ட ஒரு செப்புச் சிலை சில இருந்தால் ஒரு கோயிலின் சொத்து மதிப்பை அது கூட்டும்.

உற்சவர்: எந்த வடிவம்?

ஒரு கோயிலின் முதன்மைத் தெய்வத்தின் எந்த வடிவை ஊர்வலப் படிமமாக உருவாக்குவது என்பதைக் கோயிலின் தேவைக்கேற்பக் கொடையாளர் தீர்மானித்தார். சிவாலயங்களில் பொதுவாக நடராஜர் வடிவம்தான் ஊர்வலப் படிமமாக அமைக்கப்பட்டது. அடுத்து, அவரது துணைவி, பின்னர் நந்தி, அவரைத் தொடர்ந்து இறைக் குடும்பத்தைச் சார்ந்த முருகன், விநாயகர் இவர்களது படிமங்கள் உருவாக்கப்பட்டன. சோழர் காலத்தில் நாயன்மார்கள் சிலரும் ஊர்வலப் படிமங்களாக அமைக்கபட்டனர். ராஜ குடும்பத்தின் ஆதரவு பெற்ற சில கோயில்களில், ஒரு இசைக்குழுவில் பல கலைஞர்கள் இருப்பதுபோல, வெவ்வேறு திருவிழாக்களில் பயன்படுத்தப் பல வகையான ஊர்வலப் படிமங்கள் செய்யப்பட்டன.

படிமங்களை உருவாக்கிய சிற்பிகள்

செப்புப் படிமங்கள் மரபுவழிசார் சிற்பிகளால் படைக்கப் பட்டன. இவர்கள் ஆச்சாரி அல்லது தச்சன் என்றும் அறியப் பட்டார்கள். பாரம்பரியமாக இவர்கள் கம்மாளர் அல்லது விஸ்வகர்மா எனும் சாதியைச் சார்ந்தவர்கள். இந்தச் சிற்பிகள் தங்கள் தந்தையிடமிருந்து, முதலில் சிற்பப் படைப்பு சார்ந்த சிறு பணிகள், பின்னர் படிமத்தைப் படைக்கும் முறை, எனப் படிப்படியாக இந்தத் தொழிலைக் கற்றுக்கொண்டார்கள். வழிபாட்டுக்கான சிலைகளை உருவாக்குகிறவர்கள் ஸ்தபதி எனக் குறிப்பிடப்படுகிறார்கள்.

சோழர் ஆட்சியில் படைக்கப்பட்ட செப்புப் படிமங்களின் எண்ணிக்கையைப் பார்க்கும்போது இது ஒரு நிலையான

தொழிலாக இருந்தது என்பது தெளிவு. செப்புப் படிமங்கள் கோயில்களில் நிறுவப்பட்டது பற்றிய எண்ணற்ற குறிப்புகள் கல்வெட்டுகளில் இருந்தாலும், அவற்றை உருவாக்கிய சிற்பிகள் பற்றி எந்தக் குறிப்பும் இல்லாதது புதிராகவே இருக்கிறது. செம்பியன் மாதேவி, ராஜராஜன் இந்த இருவர் காலத்துப் படிமங்கள் தனிப் பாணியைக் கொண்டிருந்தாலும் அவர்களது கல்வெட்டுகளில் சிற்பிகள் எவரும் குறிப்பிடப்படவே இல்லை. சிற்பிகள் பற்றி எந்தக் குறிப்பும் இல்லாதது, சோழர் காலத்தில் அவர்களுக்கு அளிக்கப்பட்ட அந்தஸ்து பற்றியும், அவர்களுக்கும் கொடையாளர்களுக்கும் இருந்த உறவு பற்றியும் கேள்விகளை எழுப்புகிறது.

சிற்ப சாஸ்திரங்கள்

சிற்ப சாஸ்திரங்களால் வகுக்கப்பட்ட நியதிகளின்படிதான் ஸ்தபதிகள் செப்புப் படிமங்களை உருவாக்கினர். *மானசரா, மானசோலசா, மயமதம், சில்பரத்தினம்* என, சிற்ப சாஸ்திரங்கள் பல உண்டு. இந்த சாஸ்திரங்கள் 8ஆம் 12ஆம் நூற்றாண்டுகளுக்கிடையில் உள்ள காலகட்டத்தில் உருவானவை. ஒரு சிற்ப உருவம் வழிபாட்டுக்கு உகந்ததாக இருக்க வேண்டுமானால் அதன் தோற்ற அமைவு, இயற்பண்பு, கையில் இருக்க வேண்டிய ஆயுதங்கள், சிறப்பு அடையாளங்கள் இவை யாவும் சிற்ப சாஸ்திர நியதிகளைச் சார்ந்து இருக்க வேண்டும்.

சிற்ப நூல்கள் வகுத்த நியதிகள்படி உருவாக்கப்படும் சிலைகள் விறைப்பாக இருக்கலாம். ஆகவே, இலக்கியத்தில் கூறப்பட்ட அழகுக் கோட்பாடுகளின் அடிப்படையில் சிற்பி அதற்கு மெருகேற்றுவார். (காண்க: கோட்டோவியங்கள் பக்கம் 120). எடுத்துக்காட்டாக, ஒரு மனிதனின் நெஞ்சுப் பகுதி, பாய்ந்து வரும் ஒரு காளையின் முகம் போல் இருக்க வேண்டும். ஒரு பெண்ணின் மார்புப் பகுதி, மெல்லியதான, நீளமாக ஒரு குதிரையின் முகம் போன்று அமைய வேண்டும். ஆணின் கை வலுவாக, நீண்டு, ஒரு யானையின் துதிக்கை போல் இருக்க வேண்டும். பெண்ணின் கை மிருதுவாக, உருண்டை வடிவில் ஒரு மூங்கில் தண்டுபோல் அமைக்கப்பட வேண்டும். அவளது கை விரல்கள், காந்தள் மலரின் இதழ்கள் போல் இருக்க வேண்டும்.

சிலை செய்தல்: தொழில்நுட்ப முறை

ஒரு செப்புப் படிமத்தை உருவாக்கும் செயல்முறை, வேதியல், இயற்பியல் விதிகளின் அடிப்படையிலான தொழில்நுட்பம் சார்ந்தது. சுத்தியல், உளி, அரம் இவற்றால் அதன் இறுதி வடிவம் படைக்கப்படும். இம்முறையின் ஒவ்வொரு

செப்புப்படிம உருவாக்கம்

கட்டத்திலும் ஒரு சமயச் சடங்கு நடத்தப்படும். இத்தகைய சடங்குகள் இப்பணியில் ஈடுபட்டிருக்கும் யாவருக்கும் நன்மை பயப்பதுபோல் அமைக்கப்பட்டிருக்கின்றன. அர்ச்சகர்களுக்கும் சிற்பிகளுக்கும் பரிசுகள் வழங்கப்படும். நல்ல நாள் என்பது காலக்கெடுவைக் குறிப்பிடும். கொடையாளர்களும் சிலை வடிக்கும் வேலை எப்படி நடக்கிறது என்ற விவரத்தை அவ்வப்

போது அறிந்துகொள்ள முடியும். அதுமட்டுமல்ல, சமயம் சார்ந்த சடங்குகளால் எல்லோரின் கவனமும் ஈர்க்கப்படும். வார்க்கும் பணி புனிதமானது என்று அறிவித்துவிட்டால் வேடிக்கை பார்க்கக் கூட்டம் சேராது.

சிலையின் மெழுகு உருவைச் செய்வது

சிற்பிகள் கடை பிடிக்கும் இந்தச் செய்முறை தேன்மெழுகு முறை என்று அறியப்படுகிறது. (வடமொழியில் *மதுசிஸ்டவிதானா.* ஆங்கிலத்தில் Lost-Wax Method.) முதலில், தேன்மெழுகினால் உருவம் செய்யப்பட்டு, பின்னர் அதன் மேல், பல தளங்களில் களிமண் பூசப்படுகிறது. காய்ந்த பின்னர், அது தீயிலிடப்பட்டு, உருகும் மெழுகு வெளியேற்றப்படுகிறது. இந்தக் கட்டத்தில் உலோகக் குழம்பு அந்த வார்ப்புக்கும் ஊற்றப்படுகிறது. ஆறிய பின், களிமண் எடுக்கப்பட்டு விக்கிரகம் மெருகூட்டப்படுகின்றது. *குறுந்தொகையில்* உரோடகத்துக் காரத்தனார் எழுதிய பாடல் ஒன்றில் (155) இந்த முறையைப்பயன்படுத்தி வெண்கல மணி ஒன்று செய்வது பற்றி விவரிக்கப்படுகின்றது.

முதைப்புலம் கொன்ற ஆர்கலி உழவர்
விதைக்குறு வட்டி போதொடு பொதுளப்
பொழுதோ தான் வந்தன்றே மெழுகு ஆன்று
ஊது உலைப் பெய்த பகுவாய்த் தெண் மணி
மரம் பயில் இறும்பின் ஆர்ப்பச் சுரன இழிபு
மாலை நனி விருந்து அயர்மார்
தேர் வரும் என்னும் உரை வாரதே.

விலங்குகளிலிருந்தும் தாவரங்களிலிருந்தும் மெழுகு கிடைத்தாலும், சிற்பிகள் தேர்ந்தெடுப்பது தேன்மெழுகுதான். தேன் கூட்டிலிருந்து எடுக்கப்படும் மெழுகு, இந்தச் செய்முறைக்கு உகந்ததாக இருக்கிறது. அது குறைந்த வெப்பத்தில் உருகக் கூடியது. மென்மையாக இருப்பதால் சிற்ப வேலைக்கேற்றது. அதுமட்டுமல்ல, அதில் நாற்றம் ஏதுமில்லை. குறிப்பிட்ட உருவம் மெழுகில் உருவாக்கப்பட்டபின் கொடையாளர்களுக்கும் அர்ச்சகர்களுக்கும் அவர்களது கருத்தை அறிவதற்கு அது காட்டப்படும். அவர்களால் அப்படைப்பு ஏற்றுக்கொள்ளப்பட்ட பின்புதான் வார்ப்பு வேலை தொடங்கும். தேவையிருந்தால் அவ்வுருவத்தில் மாற்றங்கள் செய்யப்படும். இதற்குத் தேன்மெழுகு வசதியாக இருக்கும்

வழிபாட்டுக்கான ஒரு பிரதிமையின் எல்லா அடையாளங் களுடன், ஒரே உருவமாக ஒரே மூச்சில் செய்யப்பட வேண்டும் என்று சிற்ப நூல்கள் கூறுகின்றன. தனித்தனியாகச் செய்து ஒட்ட வைக்கக் கூடாது. சிலை நிற்கும் தளமும், சுற்றியிருக்கும் அலங்கார வளைவு மட்டும் தனியாக உருவாக்கப்படலாம். ஆனால்,

அவையும் சிலை வார்க்கப்பட்ட அதே உலோகத்தில்தான் இருக்க வேண்டும்.

களிமண் பூச்சு

மெழுகு உருவத்தின் மீது களிமண் பூசுவதற்கு முன், சிற்பி வார்ப்புத் துளைகளைச் சில இடங்களில் வைப்பார். இவை வழியாகத்தான் உருகும் மெழுகு வெளியேற முடியும். அதன் பின்னர், இதே துளைகள் மூலம்தான் உருக்கிய உலோகமும் உள்ளே செலுத்தப்படும். உருவத்தின் கால்கள், கைகள் போன்ற உறுப்புககளுக்கு உருக்கிய உலோகம் போய்ச் சேரச் சில குழாய் போன்ற அமைப்புகளை வைப்பார்கள். வார்ப்பு வேலை முடிந்த பின் இவற்றை வெட்டி எடுத்துவிடுவார்கள். மூக்கு, காது போன்ற இடங்களில் சிறிது மெழுகைக் கூடுதலாகவே சிற்பி வைப்பார். கடைசியில் மெருகேற்றும்போது சிறிது நகாசு வேலை செய்ய இது உதவும்.

மெழுகு உருவத்தைப் களிமண்ணால் பூச, பாரம்பரியமாகக் கரையான் புற்று மண்ணைப் பயன்படுத்துகிறார்கள். கரையான், மண் துணுக்குகளை ஒவ்வொன்றாக எடுத்துப் புற்றைக் கட்டுவதாலும் தனது எச்சிலால் மண்ணை நனைத்துக் கட்டுவதாலும் புற்று மண் லேசானதாகவும் மிருதுவாகவும் இருக்கிறது. அதிலும், சிற்பி கொடுக்கும் முதல் பூச்சு மிகவும் நேர்த்தியான களிமண்ணால் ஆனதாக இருக்கும். அப்போதுதான் மெழுகு உருவை அப்படியே அச்சாக வார்க்க இயலும். இந்த முதல் பூச்சு காய்ந்ததும் அதன்மீது அடுக்கடுக்காகப் பல பூச்சுகள் பூசப்படும். அளவில் பெரிய உருவங்களுக்கு, பல பூச்சுகளுக்கு மேல் கம்பிகளைப் போட்டு இறுக்கிக் கட்டுவார்கள். உருகிய உலோகம் உள்ளே ஊற்றப்படும்போது அது உடைந்துவிடாமல் இருக்க இம்மாதிரியான கட்டுகள் தேவையாகின்றன.

உலோகம்

பஞ்சலோகம் எனப்படும் செம்பு, பித்தளை, ஈயம், வெள்ளி, தங்கம் இவற்றின் கலவையால் செப்புத் திருமேனிகள் செய்யப்படு கின்றன. இதில் சம்பிரதாயத்துக்காகத் தங்கமும் வெள்ளியும் மிகச் சிறிய அளவில்தான் கலக்கப்படுகின்றன. இத்தகைய உலோகக் கலவை ஒரு தோராயமான விகிதாச்சாரத்தில்தான் செய்யப்படுகிறது. ஆகவே, ஒவ்வொரு சிற்பிகளிடமும் இந்தக் கலவைகள் வேறுபடும். இக்கலவைகள் கைரேகை போல தனித்துவமாக இருக்கும். இன்றைய தொழில்நுட்பத்தை வைத்து உலக அருங்காட்சியங்கள் சிற்பங்களை அடையாளம் காண்பதற்கு இந்தக் கலவையைக் கைரேகைப் போல பயன்படுத்துகின்றன.

ஊது உலையில் உருக்கிய உலோகம்

பழங்காலத்திலிருந்தே நாணயம் செய்யவும், பிரதிமைகள் படைக்கவும், தாமிரம் பயன்படுத்தப்பட்டிருந்தாலும் அது இந்தியாவில் அரிதாகக் கிடைக்கிறது. தக்காணத்திலும் ராஜஸ்தானிலும் தாமிரம் கிடைக்கும் இடங்கள் இருந்தாலும் கிடைப்பதென்னவோ வெகு குறைவு. சோழர் காலச் செப்புப் படிமங்களை ஆய்வுசெய்த அறிவியலாளர்களால் அந்த உலோகம் எங்கிருந்து பெறப்பட்டது என்று கூற இயலவில்லை. விளக்குகளும் கிண்ணங்களும் செய்வதற்காகக் கி.பி. 1130இல் ஏடனிலிருந்து ஒரு வணிகர் சில கிலோகிராம் தாமிர உலோகத் துண்டுகளை இந்தியாவுக்கு அனுப்பினார் என்று ஒரு குறிப்பு உள்ளது. கி.பி. 1257 மார்க்கோ போலோ, சைனாவிலிருந்து இந்தியாவுக்குக் கடல் வழியாகப் பயணித்தபோது கப்பல் நிலைப்புப்பாரமாக தாமிரம் பயன்படுத்தப்பட்டது என்று எழுதுகிறார்.

சிலையை வார்ப்பது

ஊது உலையில் உருக்கிய உலோகக் கலவையைக் களிமண் அச்சில் ஊற்றுவதுதான் கடைசிக் கட்டம். இது பலர் ஒருங்கிணைந்து இயங்க வேண்டிய வேலை. கொடையாளர், சிற்பி, யாருடைய உருவம் செய்யப்படுகிறதோ அந்தக் கடவுளர், இவர்கள் எல்லோருக்கும் பொருத்தமான நல்ல நாள் ஒன்றில் சிலை வார்க்கும் வேலை மேற்கொள்ளப்படும். ஒரு அச்சிலிருந்து ஒரே ஒரு சிலைதான் வடிக்க முடியும். ஆதலால், வெகு கவனத்துடன் இந்த வேலை மேற்கொள்ளப்பட வேண்டும்.

வறட்டிகளை அடுக்கி அவற்றின் மேல் களிமண் பூச்சால் உருவாக்கப்பட்ட அந்த அச்சு வைக்கப்பட்டு, எரியூட்டப்படும். வறட்டி, இது போன்ற வேலைக்கு உகந்த எரிபொருள். சீக்கிரமே அதிக வெப்பநிலையை அடையும். எரிந்த பின் சாம்பல் மட்டுமே எஞ்சும். தீ வளர்ந்ததும், அச்சில் உள்ள மெழுகு உருகி வார்ப்புத் துளைகள் மூலம் வெளியேறும். ஊற்றிய மெழுகு முழுவதுமாக உருகி வெளியே வந்துவிட்டதா என்று சோதிக்க இந்த மெழுகைச் சேர்த்துச் சிற்பி நிறுத்துப்பார்ப்பார். எடை குறைந்திருந்தால் இன்னும் சிறிது மெழுகு உள்ளே இருக்கிறதென்று தெரியும். அப்படி இருந்தால் உருவம் சரியாக வராது. ஆகவே, உள்ளே செலுத்திய மெழுகு எல்லாம் வெளியேறிவிட்டது என்று உறுதி செய்த பிறகே அடுத்த கட்ட வேலை ஆரம்பமாகும்.

சூடாக இருக்கும் இந்தக் களிமண் அச்சு வார்ப்படம், மணலில் சாய்ந்த நிலையில் சொருகி வைக்கப்படும். பின்னர், உருக்கிய உலோகக் கலவை வார்ப்புத் துளைகள் மூலம் உள்ளே ஊற்றப்படும். தேவையான உலோகக் கலவையைச் சிற்பி துல்லியமாகத் தெரிந்து வைத்திருக்க வேண்டும். ஏனென்றால் கலவை ஒரே மூச்சில் வார்க்கப்பட அச்சுக்குள் ஊற்றப்பட வேண்டும். முழுவதுமாக ஊற்றப்பட்டபின் இரண்டு, மூன்று நாட்களுக்கு, சிலையின் அளவுக்கு ஏற்ப, ஆறப் போட வேண்டும்.

மெருகேற்றும் வேலை

களிமண் அச்சை மணலிலிருந்து எடுத்து, சிற்பி உடைப்பார். செப்புச் சிலை கிடைக்கும். பின்னர், வார்ப்புத் துளைகளைச் சிற்றுளியால் செதுக்கி எடுப்பார். சிறு அரங்களைக் கொண்டு அணிகலன் போன்ற அம்சங்கள் எடுப்பாகத் தெரியும்படி மெருகேற்றப்படும். இது மிகவும் கவனமாகவும், மெதுவாகவும் செய்ய வேண்டிய வேலை. ஏனென்றால், சிலையிலிருந்து மிகச் சிறிய துண்டு தவறாகச் செதுக்கப்பட்டுவிட்டால், அதை மறுபடியும் ஒட்ட வைக்க முடியாது.

செப்புச் சிலையை நிறுவுதல்

சம்பிரதாயப்படி சடங்குகளுடன் நிறுவப்படும் வரை ஒரு சிலை உலோகத் துண்டாகத்தான் கருதப்படும். ஒரு நல்ல நாளில், அர்ச்சகர்களால் இருபத்தியிரண்டு சடங்குகள் செய்து, மந்திரங்கள் ஓதி, செப்புப் படிமம் நிறுவப்படும். இறுதியான சடங்கு ‘கண் திறத்தல்’ என்று அறியப்படும். வைர எழுத்தாணி கொண்டு படிமத்தின் கண்களைச் சிற்பி கீறிவிடுவார். இந்தச் சடங்கு செய்தவுடன் பிரதிமம் உயிர் பெற்றுப் தெய்வமாகி விடுவதாக நம்பிக்கை. கன்றுடன் பசு,

பால் வழியும் பாத்திரம், நெற்குவியல் போன்ற நல்ல காட்சிகள் அதன் முன் இருக்கும். அர்ச்சகர்கள் வேதம் ஓத, சில பக்தர்கள், கொடையாளர்கள் உட்பட அங்கிருப்பார்கள். உயிர் பெற்ற செப்புப் படிமம் வழிபாட்டுக்கு உகந்ததாகி ஊர்வலப் படிமம் என்று அறியப்படுகிறது.

வழிபாட்டில் செப்புப் படிமம்

நிறுவப்பட்ட தெய்வ உரு உயிருள்ளதாகவே கருதப்படுகிறது. நீராட்டி, உண்பதற்கு உணவு அளித்து, ஆடை அணிவித்து, வழிபடப்பட்ட பின் அதன் அறைக்கு எடுத்துச்செல்லப்படும். ராஜராஜன் பெரிய கோயிலுக்கு ஒரு செப்புப் படிமத்தை அளித்தபோது ஒரு அறக்கட்டளை ஏற்படுத்தினார். இதன் மூலம் அன்றாடம் சோறு, இனிப்புப் பண்டங்கள், பழங்கள் ஆகியவற்றுடன் பத்து நந்தா விளக்குகள் எரியவும் ஆணையிடப் பட்டது. ஒவ்வொரு நாளும் ஐந்து கால பூஜை செய்யவும், சிலையைக் குளிப்பாட்டி ஆடை அணிவிக்கவும் பிராமணர்கள் நியமிக்கப்பட்டனர்.

உற்சவமூர்த்தி

வழிபாட்டு நியதிகள்படி செப்புப் படிமங்கள் தினமும் ஊர்வலமாக வெளியில் எடுத்துச்செல்லப்பட வேண்டும். சில நாட்களில் அதிக தூரம் போகாமல் இந்தச் சிலை, மேளதாளத்துடன், அலங்காரக் குடையுடன் கோவிலை மூன்று முறை சுற்றி ஊர்வலமாக எடுத்துச்செல்லப்படும். ஊர்வலத்தில் சிலை அணிவகுப்பில் ஒரு படிநிலை அனுசரிக்கப்பட்டது. சிவாலயமாக இருந்தால் முதலில் சிவனும், கடைசியில் கோயில் சொத்துகளைப் பாதுகாக்கும் சண்டேசுவரரும் எடுத்துச்செல்லப்படுவார். கோயிலிலுக்குள் நுழைய முடியாத மக்களுக்குத் தெய்வ உருவங்களைப் பார்க்க இம்மாதிரியான ஊர்வலங்கள் உதவின. விஜய நகரப் பேரரசுக் காலத்தில் இத்தகைய ஊர்வலங்கள் மிகவும் அலங்காரமாக, தேரில் விக்கிரகங்களை வைத்து நடத்தப்பட்டன.

திருவிழாக்கள்

திருவிழாக்களில் ஊர்வலப் படிமங்களுக்கு ஒரு முக்கியப் பங்கு உண்டு. விவசாய வேலைகள் இல்லாத பருவத்தில், மழையில்லாத நாட்களில் நீண்டு, பயணிக்க வசதியாக கிராம மக்கள் கையில் சிறிது பணமும் நேரமும் இருக்கும் சமயத்தில் திருவிழாக்கள் நடைபெறும். அக்கம் பக்கத்திலுள்ள கிராமத்து மக்கள் வண்டி கட்டிக்கொண்டு கோயிலுக்கு அருகில்

முகாமிடுவர். தற்காலிகக் கடைவீதிகள் தோறும். வில்லுப்பாட்டு, பொம்மலாட்டம் போன்ற கலை நிகழ்ச்சிகள் நடத்தப்படும். வழிபட வந்தவர்களுடன் கடவுளரும் இந்த நிகழ்ச்சிகளை, ஊர்வலப் படிம உருவில் கண்டு களிப்பார்கள். சில ஊர்களில் திருவிழாவின்போது மாட்டுச் சந்தையும் நடைபெறும்.

இப்போது கோயிலில் உள்ள மூலவருக்குத் தினசரி நேரம் தவறாமல் வழிபாடு செய்யப்படுகிறது. ஊர்வலப் படிமங்கள், கோயிலிலேயே சிறு அறைகளில் வைக்கப்பட்டுப் பாதுகாக்கப்படு கின்றன. கையில் தீபத் தட்டுடன் அர்ச்சகர், எல்லாச் செப்புத் திருமேனிகளின் முன்பு சிறிது நேரம் நின்று, இப்படிமங்கள் வழிபாட்டுக்குரியவையாகத் தொடர்ந்து இருப்பதற்காகப் பூஜித்துச் செல்வார்

வழிபாட்டுக்கு உகந்தவை அல்லாத சில படிமங்கள்

தினசரி வழிபடப்படும், நல்ல நிலையிலுள்ள செப்புத் திருமேனிகளுக்கு மட்டுமே பூஜை செய்யப்படும். படிமங்கள் நன்றாகப் பராமரிக்கப்படுவதற்காகவே ஏற்பட்ட சம்பிரதாயம் இது. சிலையின் ஏதாவது ஒரு பாகம் பங்கப்பட்டுவிட்டால் அது வழிபாட்டிற்கு ஏற்றதல்லாதது ஆகிவிடும். ஊர்வலப் படிமங்கள் நின்ற நிலையில், ஒரு சிறு பீடத்தின் மீது இருப்பதால் இம்மாதிரியான விபத்துகள் நேரலாம். பீடத்தில் வளையங்கள், துளைகள் இருப்பது அதை வைக்கும் மேடையில் கட்டி வைக்கத்தான். ஆயினும், இந்தப் படிமங்களின் புவிஈர்ப்பு மையம் உயரத்தில் இருப்பதாலும், சில படிமங்களுக்குப் பல கைகள் இருப்பதாலும் சமநிலை தவறிக் கீழேவிழுந்துவிடும் வாய்ப்பு அதிகம். அது மட்டுமல்ல, பல படிமங்களில் கைகால்கள் நீட்டிக்கொண்டிருக்கும். அந்தக் காலத்தில் இந்த எடை அதிகமான சிலைகளை நகர்த்த வேண்டுமென்றால் ஆலய வேலையாட்கள்தாம் அதைச் செய்ய வேண்டும். அப்படிச் செய்யும்போது தூணிலோ கதவிலோ இடித்துச் சேதமடையலாம். அப்படி நேர்ந்தால் அந்தச் சிலை வழிபாட்டுக்கு ஏற்றதல்லாததாக ஆகிவிடும். தாழ்ந்த சாதியினர் யாராவது ஒரு செப்புச் சிலையைத் தொட்டுவிட்டாலும் அது வழிபாட்டுக்கு ஏற்றதல்லாதாகிவிடும்.

செப்புச் சிலைகளுக்கு ஏற்படும் ‘வெண்கல நோய்’ என்று அறியப்படும் கரிமானம் க்ளோரைட் மூலம் உண்டாகிறது. இதனால் ஒரு படிமம் பாதிக்கப்பட்டாலும் அது பூஜைக்கு ஏற்றதல்லாது ஆகிவிடும். அதேபோல, தயிர், பால் போன்ற அமிலத் தன்மை கொண்ட பொருட்களால் அபிஷேகம் செய்யும் போது படிமம் சிதைக்கப்படலாம். இளம் பச்சை நிற மாவு போன்ற பூச்சு படிமத்தில் தோன்றி அதைக் கெடுத்துவிடும்.

நன்கு பராமரிக்கப்படும் செப்புச் சிலைகள்கூடக் காலப் போக்கில் சிதிலமடையக்கூடும். சுற்றுப்புறத்தில் ஏற்படும் வெப்ப மாற்றங்கள், கோயிலுக்குள் உள்ள ஈரப்பதம், உவர்ப்புக் காற்று, மற்ற உலோகங்களினால் பாதிப்பு என பல காரணிகளால் படிமங்கள் பாதிப்படையலாம்.

இம்மாதிரியான பாதிப்புகளால் சில படிமங்கள் உடைந்துகூடப் போகலாம். இந்த நிலைமையை எப்படி எதிர்கொள்ளவதென சாஸ்திரங்கள் கூறுகின்றன. கற்சிலைகளை நீருக்குள் போட்டுவிடலாம். மரச் சிற்பங்களைத் தீக்கிரையாக்கி, சாம்பலை ஆற்றிலோ, ஏரியிலோ கரைத்துவிடலாம். உலோகப் படிமங்கள் சடங்காச்சாரத்துடன் புதைக்கப்பட வேண்டும். பின்னர் அவற்றை எடுத்து, உருக்கிப் பயன்படுத்திக்கொள்ளலாம். செப்புச் சிலைகளைச் சரியாகப் பராமரிக்கக் கவனம் செலுத்தப்பட்டது என்றாலும் அவை குறைபட்டால், அவை வழிபாட்டிலிருந்து நீக்கப்பட்டன. ஏனென்றால், புதிய படிமங்கள் செய்து கொள்ள முடியுமே.

படிமங்களைப் புதைத்துப் பாதுகாக்கும் வழக்கம்

சோழர் காலத்தில் போர்கள் அடிக்கடி நிகழ்ந்தன. எதிரிகளின் தலைநகர்களை எரித்து, அங்கிருந்து போர் விருதுகள் கொண்டு வரப்பட்டன. வங்காளத்திலிருந்து ராஜராஜ சோழன் எடுத்து வந்த நடராஜர் சிலை இன்று மேலக்கடம்பூர் சிவாலயத்தில் வழிபாட்டில் உள்ளது. ராஜாதிராஜ சோழன் சாளுக்கியர்களைக் கல்யாணபுரியில் வெற்றிகொண்டு, அங்கிருந்து கல்லாலான ஒரு துவாரபாலகர் சிலையை எடுத்து வந்தார். இதை இன்று தஞ்சாவூர் கலைக்கூடத்தில் காணலாம்.

நாகப்பட்டினத்தில் சூடாமணி விகாரை இருந்த இடத்திலிருந்து 350 செப்புப் படிமங்கள் அகழ்ந்தாய்ந்து எடுக்கப்பட்டன. முன்னர் திருவாலங்காடு, மன்னார்குடி, சிதம்பரம், திட்டச்சேரி, பூந்தோட்டம் போன்ற ஊர்களில் கிடைத்த செப்புப் படிமங்கள் பிரசித்தம். மதக் காழ்ப்பால் எழும் தாக்குதல்களுக்கு அஞ்சி இவை புதைக்கப்பட்டிருக்கலாம். தமிழ்நாட்டில் இம்மாதிரியான பல எடுத்துகாட்டுக்களைச் சுட்டிக்காட்ட முடியும். கடந்த சில ஆண்டுகளில் ஏறக்குறைய 200 செப்புச்சிலைகள் அகழ்ந்தெடுக்கப் பட்டிருக்கின்றன என்று தொல்லியலாளர் நாகசாமி 1989இல் பதிவு செய்திருக்கின்றார். இன்றும் அவ்வப்போது செப்புச் சிலைகள் அகழ்ந்தெடுக்கப்படுவது பற்றியும் ரகசிய அறைகளிலிருந்து ஒளித்து வைக்கப்பட்ட சிலைகள் கண்டு பிடிக்கப்படுவது பற்றியும் நாளிதழ்களில் செய்திகள் வெளியாவதை கவனியுங்கள்.

கி.பி. 1250ஆம் ஆண்டு சோழ ஆட்சியின் வீழ்சிக்குப் பிறகு, பாண்டிய மன்னர்களின் செல்வமும், அன்றைய கோயில்களில் இருந்த ஆபரணங்களும், மற்ற சொத்துககளும் சுல்தான்களின் கவனத்தை ஈர்த்தன. அவர்களின் தாக்குதல்களுக்கு அஞ்சி, கோயில் அர்ச்சகர்களும், மற்ற அறங்காவலர்களும் இந்த அணிகலன்களையும், செப்புப் படிமங்களையும் பாதுகாக்க நடவடிக்கை எடுத்தனர். சில படிமங்கள் பாதுகாப்பான வேறு இடங்களுக்கு எடுத்துச்செல்லப்பட்டன. சில சிலைகள் கோயில் களில் இருந்த ரகசிய அறைகளில் பத்திரப்படுத்தப்பட்டன. ஒளித்து வைக்க நேரம் இல்லாமல், தாக்குதல் திடீரென இருந்தால், படிமங்கள் நெல் வயல்களிலும் கோயில் குளங்களிலும் போடப்பட்டன. போர் முடிந்த பின், இந்தச் சிலைகள் மீட்டெடுக்கப்பட்டு, புனிதமாக்கும் சடங்குகளுக்குப் பின்னர் வழிபாட்டுக்குக் கொண்டுவரப்பட்டன. சிலைகள் ஒளித்து வைக்கப்பட்ட சில இடங்கள் மறக்கப்பட்டன. எனினும், மீட்டெடுக்கப்பட்ட சிலைகளைக் கணக்கெடுத்தால் இந்த முறை – ஒளித்து வைத்து பின்னர் அவற்றை எடுப்பது – வெற்றிகரமாகப் பின்பற்றப்பட்டது என்று கூறலாம். இம்மாதிரியான புதையல்கள் இன்றும் கிடைக்கின்றன. அத்துடன் சிலை திருட்டும் தொடர்கின்றது.

எஸ்.ஆர். பாலசுப்ரமணியன், டக்ளஸ் பேரட் போன்ற வரலாற்று விற்பன்னர்கள் செப்புச் சிலைகள் இன்றும் பூஜையிலிருக்கும் 80 சோழ ஆலயங்களைப் பட்டியலிட்டுள்ளனர். செம்பியன்மாதேவி, திருவெண்காடு, கங்கைகொண்டசோழபுரம் போன்ற பிரசித்தி பெற்ற சோழர் கால ஆலயங்கள் படையெடுப்பு களால் பாதிக்கப்பட்டிருக்கும் என்று யூகிக்கலாம். என்றாலும், இந்த ஆலயங்களில் இன்றும் சோழர் கால செப்புச் சிலைகள் வழிபாட்டில் இருக்கின்றன என்றால் இந்தப் பதுமைகள் ஒளித்துவைக்கப்பட்டு பின்னர் மீட்டெடுக்கப்பட்டன என்று அனுமானிக்க முடியும்.

செப்புச் சிலைகளின் காலக்கணிப்பு

அரிதாக இருந்தாலும் சில படிமங்களில் அவை உருவாக்கப் பட்ட காலம் பொறிக்கப்பட்டிருக்கும். திருவெண்காட்டுப் படிமங்கள் போன்று சில செப்புச் சிலைகளைப் பற்றிய விவரங்கள் அந்தக் கோயிலின் கல்வெட்டுகளில் இடம்பெறுகின்றன. கல்வெட்டின் காலம் நமக்குத் துல்லியமாகத் தெரிவதால், செப்புச் சிலைகளின் காலத்தைக் கணிப்பது எளிது. இந்த இரண்டு தடயங் களும் இல்லாத சமயத்தில், சிலை உருவாக்கப்பட்டிருக்கும் பாணியின் மூலம் காலத்தைக் கணிக்க முயலாம். ஆனால், இது துல்லியமாக இருக்காது.

21

படிமங்களின் பாணி

சோழர்கள் ஆண்ட காலத்தில், ஏறக்குறைய நானூறு வருடங்களாக (கி.பி. 850–1250) செப்புப் படிமங்கள் உருவாக்கம் தொடர்ந்தது. இவற்றில் பல சோழ ராஜ்ஜியத்திலிருந்த ஆலயங்களில் உள்ளன. பல ஆலயங்களில் உள்ள கல்வெட்டுகள், அங்கு கொடையாகக் கொடுக்கப்பட்ட செப்புச் சிலைகள்பற்றி கூறியிருந்தாலும் அந்த ஆலயங்களில் இப்போது சிலைகள் இல்லை. உற்சவமூர்த்திகளான இந்தச் சிலைகள், எடுத்துச்செல்வதற்கேற்ப அளவில் சிறிதாக உருவாக்கப்பட்டன. அதாவது, அவற்றை வேறு இடத்துக்கு எளிதாக எடுத்துச் செல்ல முடியும். ஏராளமான சோழ செப்புச் சிலைகள் உலகெங்கும் உள்ள அருங்காட்சியகங்களிடமும் கலைப்பொருட் களைச் சேகரிக்கும் ஆர்வலர்களிடமும் போய்ச் சேர்ந்துவிட்டன.

இந்தியச் சிற்பங்களை யார்யார் உருவாக்கி னார்கள் என்று கண்டுபிடிப்பது சிரமம். சிற்பிகள் தங்கள் பெயர்களை எதிலும் பொறிக்கவில்லை. அது மட்டுமல்ல, சிலை வடிக்கும்போது சிலைக்குச் சிலை வெவ்வேறு அளவுகளைப் பயன்படுத்தி, ஒரு லட்சிய உருவையே செய்து முடித்தார்கள். கல்வெட்டுகள் கொடையாளர்களைப் பற்றியும் சிலைகளைப் பற்றியுமே பேசுகின்றன. ஆகவே, சிற்பிகளைப் பற்றி எந்த விவரமும் நமக்குக் கிடைப்பதில்லை.

கல்லிலோ, உலோகத்திலோ சிலை செய்வது ஒரு நுணுக்கமான வேலை. ஒரு குடும்பத்தில் தலைமுறை தலைமுறையாக வந்த கலை. அது மட்டுமல்ல,

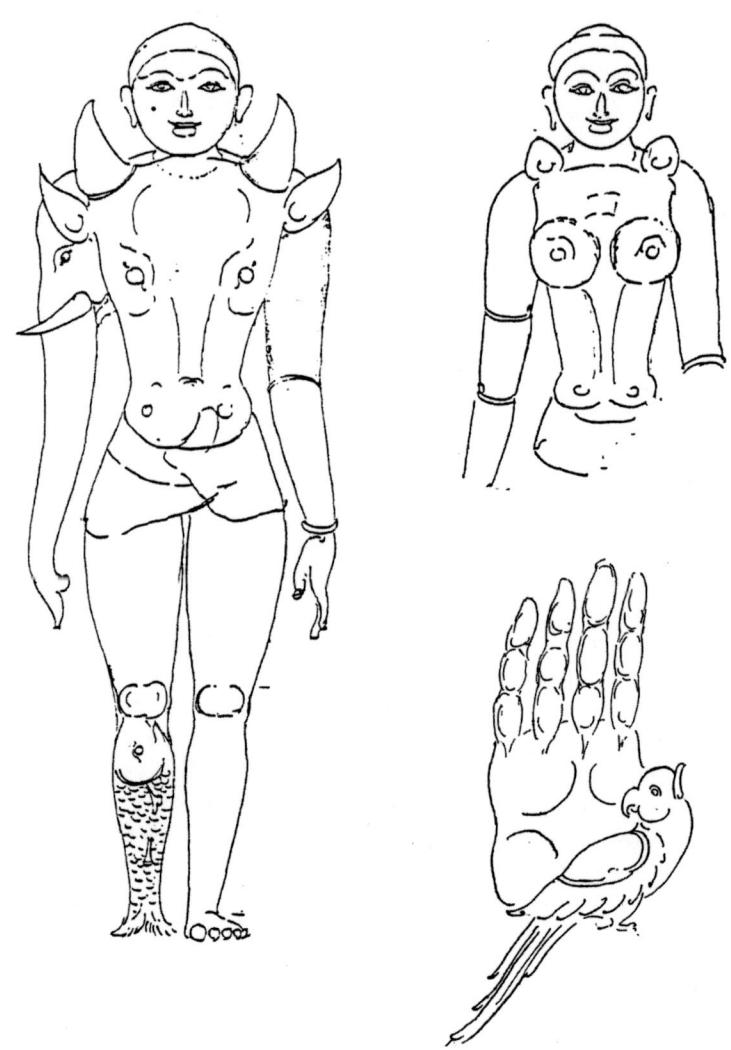

சிற்பியின் உருவகம்

உருவாக்கும் திறனைச் சொல்லித்தரும் முறை, சிற்பக் கலையின் இறுக்கமான நியதிகள் சில சிலைகளுக்கு இருக்கும் கிராக்கி, வாங்குபவர்களின் மரபான விருப்பங்கள் இவற்றின் பின்புலத்தில் சிற்பிகள் தங்கள் பாணியில் மாற்றம் ஏதும் செய்யவில்லை. ஆகவே, எல்லாச் சிற்பிகளின் படைப்புகளும் ஒரே பாணியில் இருந்திருக்கும். அவர்களது சீடர்களின் படைப்புகளிலும் இதே

ஐ. ஜோப் தாமஸ்

பாணி தொடர்ந்திருக்கும். இந்தப் பாங்கைத்தான் நாம் ஒரு சிற்பியின் படைப்புகளை அடையாளம் காணப் பயன்படுத்த வேண்டும். இதில் ஆச்சரியம என்னவென்றால், சோழர் காலச் செப்புப் படிமங்கள் ஆயிரக் கணக்கானவை இருந்தாலும், அவை ஒவ்வொன்றும் தனித்துவம் வாய்ந்ததாகக் காணப்படுவதுதான்.

சோழர் காலத்தில் ஏராளமான செப்புச் சிலைகள் படைக்கப்பட்டதைக் கவனித்தால், பல சிற்பிகள் இயங்கிக் கொண்டிருந்தார்கள் என்பது தெளிவு. கொடையாளர்களிடமிருந்து சிலை வடிக்கும் வாய்ப்பைப் பெற அவர்களிடையே போட்டி இருந்திருக்கும். சிலை ஒன்றை நல்ல முறையில் வடித்து முடிக்கக் காலம் பிடிக்கும். அவரசரமாகச் செய்ய முடியாது. சிலை முழுமையாகப் பூஜைக்கு உகந்ததாக உருவாக்கப்பட்ட பின், அது வழிபாட்டுக்கு ஏற்கப்படும். அப்போது அப்படிமம் அணிகலன்களாலும், மாலைகளாலும் ஆடைகளாலும் அலங்கரிக்கப்படும். அதனால், அருங்காட்சியகத்தில் காட்சிப் படுத்தப்பட்டிருக்கும்போது தெரிவது போல அதன் குறைகள் வெளியே தெரியாது.

படிமங்களைப் பகுப்பாய்வு செய்த விற்பன்னர்கள், உருவாக்கப் பட்டிருக்கும் பாணியை வைத்து அவற்றை வகைப்படுத்த முயன்றுள்ளனர். முதலில் முயன்றவர் சிவராமமூர்த்தி. அவர் 1939இல் எழுதிய **The Guide to the Archaeological Galleries of the Madras Museum** *(மதராஸ் அருங்காட்சியகத்தின் தொல்லியல் பகுதிக் கையேடு)* நூலில் தமிழகக் கலையின் காலப் பிரிவுகளை ஐந்தாகக் கண்டார்.

பல்லவர், முந்திய சோழர், பிந்தைய சோழர், விஜயநகர், கடைசியாக நவீன காலம். இவை ஒவ்வொன்றுக்குமான சிலைகளில் சில தனிக் கூறுகள் உள்ளன என்றார். முந்தைய சோழர் காலத்தைக் கி.பி. 850 முதல் 1100 என்றும், பிந்தைய சோழர் காலத்தைக் கி.பி. 1100–1350 என்றும் பிரித்தார். அவர் கற்சிலைகளை விவரித்தாலும், அவரது அவதானிப்புகள் செப்புச் சிலைகளுக்கும் பொருந்தும். முந்தைய சோழர் காலச் சிற்பங்களில் நிற்கும் விதம் முறைசார்ந்திருக்கிறது (formal). முகம் உருண்டையாகவும் இருக்கிறது என்கிறார். பிந்தைய சோழர் சிற்பங்களைப் பற்றி பேசும் அவர், அவற்றின் நிற்கும் விதம் சற்றே இறுகி இருப்பது மட்டுமல்லாமல் ஆடைகள் முறைசார்ந்தும் மூக்கு கூர்மையாகவும் உள்ளது என்கிறார்.

Early Cola Bronzes *(முந்தைய சோழர் காலச் செப்புப் படிமங்கள்)* என்ற தனது நூலில் டக்ளஸ் பேரட் செப்புச் சிலைகளை மூன்று வகையாகப் பிரிக்கிறார். முதலாம் ஆதித்யன்

(கி.பி. 850–940), அடுத்துக் கி.பி. 940–970, கடைசியாகச் செம்பியன் மாதேவி கி.பி. 970–1014. பின்னர் எழுதிய நாகசாமியும் ஏறக்குறைய இதே வகைப்பாட்டைப் பின்பற்றினார். அவர் ஆதித்யன் பாணி, செம்பியன் மாதேவி பாணி, ராஜராஜனின் பாணி எனப் பிரித்தார். அவரது வகைப்படுத்தல் பிரகாரம் ஆதித்யன் காலச் சிலைகள் மிகவும் நுணுக்கமான வேலைப்பாடுகள் உடையவை, செம்பியன் மாதேவியின் சிலைகளிலும் வேலைப்பாடு அதிகம், அணிகலன்கள் நுட்பமாகச் செய்யப்பட்டிருந்தன, ராஜராஜன் காலப் படைப்புகளில் கம்பீரமும் கண்ணியமும் மிளிர்ந்தது என்கிறார் நாகசாமி.

கற்சிலைகள் போல அல்லாமல், செப்புப் படிமங்கள் எளிதாக வேறு இடத்துக்குத் தூக்கிச் செல்லப்படலாம். அது மட்டுமல்லாமல், செப்புச் சிலைகள் வெவ்வேறு காலகட்டத்தைச் சேர்ந்தவையாக இருக்கலாம். இதனால் டக்ளஸ் பேரட், ஒரு கோயிலுள்ள கற்சிலையுடன் ஒப்பிட்டு செப்புச் சிலைகளைக் காலக்கணிப்பு செய்ய முயன்றார். அவர், ஒரு குழுவில் சேர்ந்த ஆனால் வெவ்வேறு இடங்களில் (நாடுகளில்) இருந்த இரு சப்தகன்னியர் சிலைகளை பாணியின் அடிப்படையில் அடையாளம் கண்டார். கலை வரலாற்றாசிரியன் கையில் இன்று ஏராளமான தகவல்களைச் சேர்த்து வைத்து, பிரித்தெடுக்கும் தொழில் நுட்பம்இருப்பது இத்தளத்தில் நம் ஆய்வுக்கு பெரும் உதவியாக இருக்கிறது. சிலைகளின் அடையாளங்களை வைத்து அவற்றைப் பற்றிய விவரங்களைக் கண்டறிய முடியும்.

இந்நூலில் சில செப்புச் சிலை குழுக்களைப் பற்றிப் பார்த்தோம். ஒவ்வொரு குழுவிற்கும் இருக்கும் பொது அடையாளங்களை நாம் மனதில்கொள்ள வேண்டும். இவற்றைக் 'குழு அடையாளம்' என்று குறிப்பிடலாம். இம்மாதிரியான அடையாளங்கள்பற்றி அறிந்துகொண்டால், எந்தச் சிலை எந்தக் குழுவைச் சேர்ந்தது என்று அறிய முடியும். தவறான குழுவில் சேர்த்து வைக்கப்பட்டிருக்கும் ஒரு சிலையைக் கண்டறியவும் முடியும். இம்மாதிரியான கவனிப்புக்கு உகந்தவை திருவெண்காடு செப்புச் சிலைகள். இவை ஒரே காலகட்டத்தில் உருவாக்கப் பட்டவை. யாவரும் காணும் வகையில் அகழ்ந்தெடுக்கப்பட்டதால், அவற்றில் சேராத எந்தச் சிலையும் பின்னர் இக்குழுவில் சேர்த்து வைக்கப்படவில்லை.

இந்நூலில் நாம் கவனித்த குழுக்கள் ரிஷபவாகனதேவர் பார்வதி, சுந்தரமூர்த்தி நாயனார் பரவை நாச்சியார், கல்யாணசுந்தரர், பார்வதி, விஷ்ணுவுடன் லட்சுமி, கடைசியாக சுப்ரமணியர், வள்ளி, தெய்வானை. ஆகியவற்றின் இடையே உள்ள ஒற்றுமைகளைப் பார்க்க வேண்டும்.

1. கழுத்தில், கைகளில், இடையில் அணிந்திருக்கும் ஆபரணங்கள்.
2. முக அமைப்பு எல்லாச் சிலைகளிலும் ஒரே மாதிரி உள்ளது. அதிலும் நெற்றி, நாசி, உதடுகள், கன்னங்கள்.
3. ஆடைகளும் ஒரே மாதிரி உள்ளன.
4. சிலைக்கு ஏற்றவாறு அளவில் வேறுபட்டிருந்தாலும், அமைப்பில் பீடங்கள் ஒரே மாதிரியாக உள்ளன.

திருவெண்காடு பிரதிமைகளை உற்று நோக்கும்போது ரிஷபவாகனதேவர், பார்வதி, மாதொருபாகன், பைரவர், காளி, சண்டேசர் இவற்றுக்குள் சில ஒற்றுமைகளைக் காண முடிகிறது. இச்சிலைகளின் ஆலிலை வடிவ முகம், மெலிதான உதடுகள், மென்மையான முகவாய் போன்ற முக ஒற்றுமை நம்மை ஈர்க்கிறது.

சுப்ரமணியர், வள்ளி, தெய்வானை, சுந்தரமூர்த்தி நாயனார், பரவை நாச்சியார், பிச்சாடனர் போன்ற சிலைகள் ஒரு தனிக் குழு என்பது தெரிகிறது. இச்சிலைகள் குறுகிய நெற்றி, உருண்டை வடிவ முகம், இரட்டை முகவாய், தடித்த உதடுகள் போன்ற கூறுகள் கொண்டவை. கழுத்து குட்டையாக இருப்பதால் தலை பெரியதுபோல் தோன்றுகிறது. கைகளும் கால்களும் சற்று விறைப்பாக இருக்கின்றன.

22

சோழர் காலச் செப்புச் சிலைகள் என்னவாயின?

சோழர்கள் ஆண்ட காலத்தில் கட்டப்பட்ட ஆலயங்கள் எத்தனை? வரலாற்றாசிரியர்கள் கணிப்பின்படி கி.பி. 850 முதல் 1250 வரை ஏறக்குறைய 300 ஆலயங்கள் எடுப்பிக்கப்பட்டன. இதனுள் இலங்கை, கர்நாடகா, ஆந்திராவில் கட்டப்பட்ட சோழ ஆலயங்களும் அடக்கம்.

ஒரு ஆலயத்திற்குச் செப்புச் சிலையைக் கொடையாக அளிப்பது என்பது பெரும் செல்வந்தர்களால் மட்டுமே முடியும். ஆகவே, கொடையாளர்கள் தாங்கள் தெரிந்தெடுத்த சில ஆலயங்களுக்கு மட்டுமே சிலைகளைக் கொடுத்தார்கள். அதாவது, சில ஆலயங்களில் மட்டுமே செப்புச் சிலைகள் இருந்தன. மேற்கூறிய 300 கோயில்களில் சிலவற்றில் ஒரே ஒரு சிலையும், சிலவற்றில் ஒன்றுக்கு மேற்பட்ட சிலைகளும் இருந்தன. கோயில்களில் நாம் காணும் கல்வெட்டுகளில் கொடையாக அளிக்கப்பட்ட பூக்கள், தானியங்கள், விளக்குகள், ஆடுகள், அணிகலன், சாமரம் போன்றவை குறித்த விவரங்கள் உள்ளன. வெகு சிலவே செப்புச் சிலை கொடையாக அளிக்கப்பட்டதைப் பதிவு செய்கின்றன. ராஜராஜனின் ஆட்சியில் கடைசிக் காலத்துக் கல்வெட்டுகளில்தான் செப்புத் திருமேனி கொடையாக அளிக்கப்பட்ட விவரம் முதன்முதலாகத் தெரிய வருகிறது.

தஞ்சாவூர் பெரிய கோயில் அதன் உன்னத நிலையில் இருந்தபோது அங்கு 60 செப்புச் சிலைகள்

ஐ. ஜோப் தாமஸ்

இருந்தன. அதைக் கொடுத்தவர்கள், சிலைகள் ஒவ்வொன்றின் அளவுகள் போன்ற விவரங்கள் கல்வெட்டுகளில் பதிவு செய்யப்பட்டுள்ளன. தஞ்சை அழகர் (சிவன்) 98 செ.மீ, பார்வதி 86 செ.மீ., ரிஷபதேவர் 68 செ.மீ., நந்தி 58 செ.மீ. என. மற்ற சிலைகள் அவ்வளவு பெரிதாக இல்லை. மிகச் சிறியது 5 செ.மீ. அளவே. 40 சிலைகள் 50 செ.மீ. உயரத்துக் குறைவே.

1984ஆம் ஆண்டு விழுப்புரத்திற்கருகே எசாலம் என்ற ஊரில் கண்டெடுக்கப்பட்ட செப்புச் சிலைகள், ராஜேந்திர சோழர் காலத்தில் கட்டப்பட்ட ரமணமேஸ்வர ஆலயத்தைச் சார்ந்தவை. இங்கு 23 சிலைகளும், சில விளக்குகளும் கிடைத்தன. அருகிலுள்ள விஷ்ணு கோயிலைச் சேர்ந்த சில சிலைகளும் கிடைத்தன. இவற்றில் மிகப்பெரியவை 68 செ.மீ. உயரமுள்ள தேவி படிமம் 64 செ.மீ. 56 செ.மீ. கணேசர் சிலை, 64 செ.மீ. அளவுள்ள ஈசான பண்டிதர். மற்ற சிலைகள் 5 செ.மீ. முதல் 30 செ.மீ. அளவிலானவை.

அரசக் குடும்பங்களால் பராமரிக்கப்பட்ட ஆலயங்களில் செப்புச் சிலைகள் எண்ணிக்கையில் அதிகமாக இருந்தன. பெரிய சிலைகளுடன், கையில் ஏந்தக் கூடிய சிறு செப்புச் சிலைகளும் இருந்தன. ராஜராஜனின் இல்லத்தார் ஏறக்குறைய 56 செப்புத் திருமேனிகளைப் பெரிய கோயிலுக்குக் கொடையாக அளித்திருந்தனர். இவற்றில் ஒன்றோ அல்லது இரண்டோதான் இவ்வாலயத்தில் எஞ்சியிருக்கின்றன. இதற்கு இரண்டு வரலாற்றுக் காரணங்களைக் குறிப்பிட வேண்டும். ராஜேந்திரன், பெரிய கோயிலின் அறக்கட்டளைகளைக் கங்கைகொண்ட சோழபுர ஆலயத்திற்கு மாற்றியபோது, செப்புச் சிலைகளும் அங்கு கொண்டுசெல்லப்பட்டன என்று அனுமானிக்கலாம். ஏனென்றால், அறக்கட்டளைகளுடன் இணைந்தவையே செப்புச் சிலைகள். இரண்டாவது, பாண்டியர்கள் சோழர்களைப் போரில் தோற்கடித்தனர். கி.பி. 1223இல் மாறவர்மன் சுந்தர பாண்டியன், தஞ்சாவூர், உறையூர், அருகிலிருந்த பகுதிகளை நாசமாக்கினான். கி.பி. 1279ஆம் ஆண்டு மற்றொரு முறை சோழர்களைப் பாண்டியர்கள் வீழ்த்தினர். அத்தோடு நிற்கவில்லை மாறவர்மன் குலசேகர பாண்டின் தனது வெற்றிப் புனித நீராட்டுக்கு வேண்டிய நீரை ஒரு சோழ அரசியின் தலையில் சுமக்க வைத்ததான். இப்படிச் செய்த பாண்டியர்கள் தஞ்சாவூரின் பொக்கிஷங்களை விட்டுவைத்திருப்பார்களா? சேர மன்னன் ரவிவர்ம குலசேகரன் சோழ ராஜ்ஜியத்தின் மீது படையெடுத்தது நெல்லூர் வரை சென்று, பின்னர் கி.பி.1313இல் காஞ்சிபுரத்தில் முடிசூடிக் கொண்டான்

சோழர்களுக்குப் பிற்பட்ட காலம்: 1250–1300

சோழ வம்சத்தின் வீழ்ச்சியைத் தொடர்ந்த பொருளாதார, அரசியல், சமூக மாற்றங்களால் படிமங்களின் பயன்பாடு மாறியது. வேளாண்மைக்கு அடிநாதமாக இருந்த நீர்ப்பாசன அமைப்பு மாறியதால் கிராம வாழ்க்கை சீரழிந்தது. கோவில்களை ஆதரித்த அமைப்புகள் சிதைவுற்றது பற்றிக் கல்வெட்டுகளிலும் சமய இலக்கியத்திலும் குறிப்புகளைக் காண முடிகிறது. ஆலய அணிகலன்களை அபகரித்தவர் பற்றியும், கோயில் கருவூலத்திலுள்ள பணத்தைச் சுருட்டியவர்கள் பற்றியும் இந்தக் காலகட்டத்துக் கல்வெட்டுகள் பேசுகின்றன. உத்திப்பாக்கம் ஆலயத்துக் கல்வெட்டொன்று ஐந்து பிராமணர்களும், வெள்ளாளர்களும் ஒன்று சேர்ந்து, தங்களது ஜாதியின் பாரம்பரியத் தொழிலை மறந்து, வாள் ஏந்தி சில பிராமணர்களைக் கொன்று, அவர்களது பெண்களை மானபங்கப்படுத்தி, கொள்ளையடித்தனர். கால்நடைகளை ஓட்டிச்சென்று விற்றனர் என்று பதிவு செய்கிறது. இதே கல்வெட்டு ஆலய நியமங்கள் நடத்தப்படவில்லை என்றும், கோவிலைச் சார்ந்த தேவரடியார்கள்கூட வேறு ஊர்களுக்குச் சென்றுவிட்டதாகவும் பதிவு செய்கிறது. பணமும், கால்நடைகளும் போன பின் பூஜைகள் நடத்தப்படாமல் செப்புச் சிலைகள் பூட்டப்பட்ட அறைகளில் இருந்திருக்க வேண்டும். ஆலய வழிபாடு சோழர் காலத்தில் இருந்த உன்னத நிலைக்குத் திரும்பவேயில்லை.

மாலிக் கஃபூர் படையெடுப்பு: 1310

மாலிக் கஃபூரின் படையெடுப்பின் போதுதான் பல சோழர் காலச் செப்புச் சிலைகள் அழிந்துவிட்டன என்று கூறப்படுகிறது. மதுரையின் மீது முஸ்லிம் படையெடுப்பு விவரமாகப் பதிவுசெய்யப்பட்டுள்ளது. இந்துக்கள் பார்வையிலும், முகமதியர் கோணத்திலும் இந்தப் பதிவுகள் உள்ளன. இரண்டு தரப்புப் பதிவுகளும் ஆபரணங்கள் கொள்ளையடிக்கப்பட்டதை கூறுகின்றன. இங்கே மனதில் கொள்ள வேண்டியது என்னவென்றால் செப்புப் படிமங்களை எடுத்துச் சென்றது பற்றிய குறிப்பேதும் இல்லை என்பதுதான். மாலிக் கஃபூர் தங்கம், வெள்ளி, அணிகலன் இவற்றின் மீது தான் கண்வைத்தார். மதுரைப் பகுதியில் ஏறக்குறைய ஒரு மாதம் முகாமிட்டு, மதுரை, சிதம்பரம், ஸ்ரீரங்கம் கோயில்களைத் தாக்கினார். தங்களது ஆபரணங்களை இந்த ஆலயங்கள் இழந்தாலும், செப்பு விக்கிரகங் களைப் பாதுகாத்துக்கொண்டன என்று அறிகிறோம்.

மதுரையில் 1334 முதல் 1370 வரை, அதாவது 35 ஆண்டுகள் நீடித்த சுல்தானிய அரசின் ஆவணங்கள் செப்புத் திருமேனிகளைப்

பற்றி ஏதும் கூறவில்லை என்பதை மனதில்கொள்ள வேண்டும். மதுரை மீனாட்சி அம்மன் கோயிலின் ஆவணமான *சீதளப்புத்தகம்* எப்படி இந்தப் படிமங்கள் பாதுகாப்பாக ஒளித்துவைக்கப்பட்டன என்று கூறுகிறது. இங்கு தங்கியிருந்தபோது மாலிக் கஃபூர் காவேரி முகத்துவாரப் பகுதிக்குப் போகவில்லை. ஒருவேளை அங்கு கொள்ளையடிக்க ஏதும் இல்லை என்பது காரணமாக இருக்கலாம். இதே காலகட்டத்தில் வேறு இரு படையெடுப்புகளுக்கு மதுரைப் பகுதி ஆளானது. 1318இல் குஸ்ரு கானும், 1328இல் உலுக் கானும் மதுரையைத் தாக்கினர். ஆனால், அவை மாலிக் கஃபூரின் படையெடுப்பின் கடுமையைவிடக் குறைந்தே இருந்தன.

முஸ்லிம் அரசர்கள் ஒரு ஆலயத்தையாவது அல்லது ஒரு விக்ரகத்தையாவது அழித்தால், அதைத் தங்களது ஆவணங்களில் கவனமாகப் பதிவுசெய்தனர். அதை ஒரு ரகசியமாக வைக்க வில்லை. இந்துக்களும் தாங்கள் பாதிக்கப்பட்டதைப் பதிவு செய்தனர். மதுரை சுல்தான்களின் அரசு (1334–1370) குறைந்த காலமே நீடித்தாலும் இந்து சமய, சமூக அமைப்புகளை நிலைகுலையச் செய்தது என்றாலும், செப்புச் சிலைகள் மறைந்து போனதற்கு அவர்களைக் குற்றம்சாட்ட முடியாது.

விஜயநகர மன்னர்கள்: 1350–1550

இவர்கள் சில ஆலயங்களைப் புதுப்பித்தார்கள். வழிபாடு நின்றுபோயிருந்த பல ஆலயங்களில் அதை மறுபடியும் தொடங்கி வைத்தார்கள். ஆனால் அவர்கள் வைஷ்ணவர்களாய் இருந்ததால், பிரசித்தி பெற்ற விஷ்ணு ஆலயங்களே அவர்களது ஆதரவை அதிகமாகப் பெற்றன. விஜயநகரப் பேரரசின் வீழ்ச்சிக்குப் பிறகு, தமிழகத்தை மதுரை, தஞ்சாவூர், செஞ்சி நாயக்கர்கள் ஆண்டனர். அவர்களில் மதுரையில் இருந்த திருமலை நாயக்கர்(1623–1659) சிவனின் திருவிளையாடல்களுடன் தொடர்புடைய திருவிழாக் களைக் கொண்டாட வழி வகுத்தார். நாயக்கர் காலத்தின் பிற்பகுதியில் அரசு கிழக்கிந்தியக் கும்பினியின் பிடியில்தான் இருந்தது என்பதை நாம் நினைவில்கொள்ள வேண்டும்.

கும்பினியும் காலனிய ஆட்சியும்: கி.பி.1600க்கு பின்

இந்த ஆட்சி கிராமத்துப் பொருளாதாரத்தைச் சீர்குலைத்தது மட்டுமல்லாமல் ஆலயங்களின் செல்வம் குறையவும் காரணமா யிருந்தது. கும்பினி அதிகாரிகள் அமுல்படுத்திய ரயத்வாரி நில மேலாண்மை முறை 1810 முதல் 1830 வரை கடும் சிரமத்தை உருவாக்கியது. எடுத்துக்காட்டாக, புதுக்கோட்டை ஆவணங்களின்படி அங்கிருந்த 2838 கிராமங்களில் 1537, அதாவது பாதிக்கும் அதிகமான கிராமங்களில் மக்களே இல்லாமலிருந்தன.

அவர்கள் பஞ்சம் பிழைக்க வேறு இடங்களுக்குச் சென்று விட்டனர். ஆயிரக்கணக்கான மக்கள் கூலிகளாக இலங்கைக்கும், தென்னாப்பிரிக்காவிற்கும், மொரிஷியஸிற்கும் கப்பலேறினர். கிராமங்களில் மக்களில்லாததால் திருவிழாக்கள் நடைபெறவில்லை. செப்பு விக்கிரகங்கள் வறுமையில் வாடிக்கொண்டிருந்த அர்ச்சகர் களால் பாதுகாக்கப்பட்டன. பக்தர்களால், மேளம் முழங்க இழுக்கப்பட்ட தேர்கள் கவனிப்பாரற்று வெட்ட வெளியில் இருந்தன.

நாம் குறிப்பிட்ட 200 சோழர் ஆலயங்களில் எத்தனை செப்புத் திருமேனிகள் இருந்தன என்று நமக்குத் தெரியாவிட்டாலும், இந்தியா, பிரிட்டன், அமெரிக்கா, ஐரோப்பா எனப் பல அருங்காட்சியகங்களிலும் கணிசமான எண்ணிக்கையில், சில தனியார் வசமும் சோழர் காலச் செப்புப் பதுமைகள் இருக்கின்றன என்பது தெளிவு. ஏறக்குறைய எல்லா அருங்காட்சியங்களும் 1800க்கு பின்தான் தொடங்கப்பட்டன என்பதை நாம் மனதில்கொள்ள வேண்டும். அதாவது, அந்த ஆண்டுக்குப் பின்தான் இந்தச் செப்புத் திருமேனிகள் அவர்களின் காட்சியகங்களையும் இல்லங்களையும் சென்றடைந்தன. முதலில் இந்தியச் சிற்பங்களுக்கு அவ்வளவு மதிப்பீடு இல்லை. **1830**இல் லண்டனில், 50 ‘இந்து’ சிற்பங்கள் ஏலத்திற்கு வந்தபோது, அவற்றை 5 பவுண்டுக்கு ஒருவர் வாங்கினார். 1920இல் ஆனந்தா குமாரசாமி, பாஸ்டன் நகரத்துக் கவின்கலைக் காட்சியகத்திற்காகச் சிற்பங்கள் வாங்க இந்தியா வந்தார். சோழர் காலச் செப்புச் சிற்பங்களை பார்வையிட்ட அவர் விலை அதிகமாக இல்லை என்று பதிவு செய்தார். சென்னை அருங்காட்சியகம் அவருக்கு இலவசமாகப் பல சிற்பங்களைக் கொடுத்தது. அவர் இந்தியாவிலிருந்து பல சோழச் செப்புச் சிலைகளை எடுத்துச்சென்றார். அப்போது ஆரம்பித்ததுதான் இந்தச் சோழச் செப்புச் சிற்பங்கள் மேல் அருங்காட்சியங்களின் நாட்டம். ஒருவொருக்கொருவர் போட்டி போட்டுக்கொண்டு தென்னிந்தியச் செப்புப் படிமங்களை வாங்கத் தொடங்கினர்.

இவர்களுடன், வெளிநாட்டுச் செல்வந்தர்களும், ஆங்கிலக் கல்வி பயின்ற இந்தியப் பணக்காரர்களும் தங்கள் வீட்டின் வரவேற்பு அறையில் வைத்துக்கொள்ளச் செப்புச் சிலைகளைத் தேடிப்போயினர். சிலர் புலித்தோல், யானைத் தந்தம் எனத் தேட, வேறு பலர் செப்புப் படிமங்களையும், சிற்றோவியங்களையும் நாடினர். உள்ளூர் தொடர்புடன், தங்கள் செல்வத்தைப் பயன்படுத்தி சீரிய சோழச் சிற்பங்களை இவர்கள் எளிதாக வாங்க முடிந்தது. அதிலும் குறையற்ற, பெண் தெய்வங்களின் செப்புப் படிமங்களே அதிகமாக விலைபோயின.

இன்று 80 ஆலயங்களில் சோழர் காலச் செப்புச் சிலைகள் வழிபாட்டில் இருக்கின்றன என்று கலை வரலாற்றாசிரியர்கள் பேரட், பாலசுப்ரமணியம் கூறுகின்றனர். துல்லியமாகக் கணிக்க முடியாவிட்டாலும், இன்று உலகெங்கும் உள்ள அருங்காட்சியகங் களிலும், தனியார் சேகரிப்புகளிலும், பதிவு செய்யப்பட்ட, பதிவு செய்யப்படாத படிமங்களையும் சேர்த்து, மொத்தம் சுமார் ஐநூறு இருக்கும் என்று அனுமானிக்கலாம். இவற்றில் 75 விழுக்காடு சோழர் காலத்தவையாக இருக்கும். ஆகவே, சோழச் செப்புப் படிமங்கள் உலகின் பல இடங்களில் இருக்கின்றன, அழிக்கப்படவில்லை என்று கூறலாம்.

இந்த ஐநூறு எனும் கணிப்பு ஒவ்வொரு சிலையாக எண்ணிச் செய்யப்பட்டது இல்லை. வெளியிடப்பட்ட படங்களின் அடிப்படையில் அனுமானிக்கபட்டது. சரியான எண்ணிக்கையை அறிவது சிரமம். பெருவாரியான அருங்காட்சியகங்களும் சேகரிப்பாளர்களும் விவரங்களை ரகசியமாக வைத்திருக்கவே விரும்புகிறார்கள். எங்கிருந்து ஒரு சிலை கிடைத்தது போன்ற தகவல்களைப் பகிர்ந்துகொள்ள மறுக்கிறார்கள்.

இந்திய அருங்காட்சியகங்களில் உள்ள செப்புச் சிலைகள் அநேகமாக எல்லாமே புதையல்களாகக் கிடைத்தவையே. நமது நாட்டுச் சட்டப்படி புதையலில் கிடைத்த தொல்பொருட்கள் நாட்டுக்குச் சொந்தமாகையால், அவை அரசிடம் ஒப்படைக்கப் பட வேண்டும். அரசு எடுத்துக்கொண்டபின் அவை துறையின் நிர்வாகத்தில் வருகின்றன. அவை நாட்டைவிட்டு வெளியே எடுத்துச் செல்லப்பட வாய்ப்பே இல்லை.

தொல்பொருள் பாதுகாப்புச் சட்டம் 1904இல் அமுல்படுத்தப் பட்ட பின் அரசு எந்த பழம்பொருளையும் வலுக்கட்டாயமாக ஒரு ஈடாக்க விலை கொடுத்து வாங்கிக்கொள்ளும் அதிகாரத்தைப் பெற்றது. இந்த ஈடாக்க விலை வெகு குறைவாகவே இருந்தது. ஆகவே, சிலைகளை வைத்திருந்தோர் அவற்றை வேறு இடங்களில் நல்ல விலை கொடுப்பதற்குத் தயாராக இருந்தவர்களுக்கு விற்றனர்.

தமிழ்நாட்டுத் தொல்லியல்துறை இயக்குநர் ஆர். நாகசாமி "கடந்த சில ஆண்டுகளில் ஏறக்குறைய 200 செப்புச் சிலைகள் அகழ்ந்தெடுக்கப்படுள்ளன" என்று 1989இல் பதிவு செய்திருக் கின்றார். முன்னர் திருவாலங்காடு, திருவெண்காடு, மன்னார்குடி, சிதம்பரம், திட்டச்சேரி போன்ற இடங்களில் புதைக்கப்பட்ட செப்புச் சிலைகள் கிடைத்திருக்கின்றன. 1975க்கும் 1985க்கும் இடையிலாக பத்தாண்டுகளில் 800இல் இருந்து 1000 வரை சிலைத் திருட்டுகள் தமிழ்நாட்டில் பதிவாகியிருக்கின்றன. 1979–1989 ஆன

பத்தாண்டுகளில் மட்டும் இந்தியாவிலிருந்து 50,000 கைவினைப் பொருட்கள் கடத்தப்பட்டதாக யுனெஸ்கோ அறிவித்தது. 2012இல்கூட வழிபாட்டில் இல்லாத சில ஆலயங்களிலிருந்து செப்புச் சிலைகள் திருடப்பட்டன. மீட்டெடுக்கப்பட்ட செப்புச் சிலைகள் திருவாரூரில் தமிழ்நாடு அரசு கட்டியிருக்கும் சிலைகள் காப்பகத்தில் வைத்துப் பாதுகாக்கப்படுகின்றன. இங்கே அவை சரியான பராமரிப்பில்லாமல் சீரழியும் வாய்ப்பு இருக்கிறது.

இங்கே நாம் நினைவில்கொள்ள வேண்டியது என்னவென்றால் இந்திய அருங்காட்சியகங்களில் இன்று இருக்கும் சோழச் செப்புச் சிலைகள் உருவாக்கப்பட்டவற்றிலேயே உன்னதமானவைதான். கலைப்பொருள் வணிகர்களும், அருங்காட்சியகங்களும், சேகரிப்பாளர்களும் எந்த விதக் குறையுமில்லாத படிமத்தைதான் வாங்குவார்கள். ஆகவே, சின்னக் குறையுள்ள செப்புச் சிலைகளும் கடத்தப்படாமல் நம்மூரிலேயே இருக்கின்றன.

வெளிநாட்டு அருங்காட்சியகங்களில் இருக்கும் சோழச் செப்புச் சிலைகள் சிறப்பாக காட்சிப்படுத்தப்பட்டிருப்பதைக் கவனிக்காமல் இருக்க முடியாது. சிலையின் நேர்த்திக்கு ஏற்றாற்போல் அவை வைக்கப்பட்டிருக்கிறது. ஒரு உயரமான பீடத்தில், கண்ணளவில், ஒரு குவிமையமாக சிலை இருக்கிறது. ஒரு உன்னதக் கலைப்படைப்பின் அழகை முன்னிறுத்தும்படியாக அது காட்டப்பட்டிருக்கிறது. சிலையின் முன்புறத்தையும் பின்புறத்தையும் காண்பதற்கு வசதியாக சுற்றிவர இடம் கொடுக்கப்பட்டுள்ளது. சிலைக்குச் சற்று வசதியான தூரத்தில், அமர்ந்து பார்க்க இருக்கைகளும் உள்ளன. செப்புச் சிலைகள் பற்றிய விவரம் அறியாதவரின் பார்வையைக்கூட ஈர்த்து கவனிக்க வைத்துவிடும் வகையில் சிலை வைக்கப்பட்டுள்ளது. (காண்க ஃப்ரீயர் கேலரியில் தனி அம்மன் படிமத்தின் படம் பக்கம் 92)

இதில் வருந்தத்தக்க விஷயம் என்னவென்றால் திருடப்பட்டுவிட்டால்தான் ஒரு சோழப் படிமம் இன்று நம்நாட்டில் கவனிக்கப்படுகிறது. இழுத்தடிக்கப்படும் நீதிமன்ற வழக்குகளுக்குப் பின்பாக படிமம் மீட்டெடுக்கப்பட்டபின் அது மறக்கப்பட்டுவிடுகிறது. அது மட்டுமல்ல. நமது அருங்காட்சியகங்களில் சிலைகள் காட்சிப்படுத்தப்பட்டிருக்கும் விதத்தைப் பார்த்தால் வருத்தமே மேலிடுகிறது.

23

மீட்கப்பட்ட செப்புச் சிலைகள்

அகமதாபாதிலுள்ள சாராபாய் அருங் காட்சியகத்திலிருந்த ராஜராஜசோழன், லோகமாதேவி என்றறியப்படும் இரு செப்புப் படிமங்களை சுமந்து வந்த தொடர்வண்டி சென்ற மே மாதம் 31ஆம் தேதி சென்னை சென்ட்ரல் ரயில் நிலையத்தை வந்தடைந்த போது 10வது நடைமேடை ஒரு சன்னதி தெரு போல காட்சியளித்தது. சங்கு முழங்க, நாதசுவரமும் பஞ்சமுக வாத்தியமும் இசைக்கப்பட படிமங்கள் வெளியே எடுத்து வரப்பட்டன. புரோகிதர்கள் தேவாரம் ஓத சிலைகள் ஊர்வலமாக எடுத்துச் செல்லப்பட்டன.

தமிழ்நாட்டில் உருவாக்கப்பட்ட நூற்றுக் கணக்கான செப்புச்சிலைகள் அழிக்கப்படவில்லை; ஆனால் நம் நாட்டினுள் வெவ்வேறு நகரங்களுக்கும், உலகில் பல இடங்களுக்கும் எடுத்துச் செல்லப் பட்டு பார்வையிலிருந்தும் நம் நினைவிலிருந்தும் மறைக்கப்பட்டன. கலைப்பொருள் சேகரிப்பாளர் களும், அருங்காட்சியகங்களும் உள்ளூர் அதிகாரி களின், ஆலயப்பணியாளரின் ஒத்துழைப்புடன் செப்புச்சிலைகளை பல கோவில்களிருந்து எடுத்துச் சென்றனர். இதில் வியப்பான அம்சம் என்னவென் றால் இந்தச் சிலைகள் கைமாறியது கடந்த அறுபது ஆண்டுகளுக்குள் தான் நடந்திருக்கின்றது. 1970இல் ஐக்கியநாடுகள் சபை ஒரு நாட்டிலிருந்து இன்னோரு நாட்டிற்கு கலைப்பொருட்களைக் கடத்துவதைத் தடுக்க விதிகளை அறிவித்தது.

சாராபாய் கலைக்கூடத்திலிருந்த அரசன், அரசி

ஐ. ஜோப் தாமஸ்

இந்தியாவில் கலைப்பொருட்களை பாதுகாக்க Antiquities and Art Treasures Act of 1972 கொண்டு வரப்பட்டது. அதாவது சிலைகளையும் நிறுவனங்களையும் பாதுகாக்கச் சட்டங்கள் வகுக்கப்பட்ட பின்னரே இவை கடத்தப்பட்டிருக்கின்றன. சிலைகளைத் திருடியவர்கள் பிடிக்கப்படலாம். ஆனால் அந்தத் திருட்டிற்குப் பின்னே இருந்தவர்கள், அதை மறைவிலிருந்து இயக்கியவர்கள் தங்களது செல்வத்தையும் கௌவரத்தையும் தக்க வைத்துக்கொள்வார்கள்.

படிமங்களின் வரலாறு

வரலாற்றாசிரியர்கள் கணிப்பின் படி கி.பி. 850இல் இருந்து கி.பி. 1044 வரை சுமார் 200 ஆலயங்கள் சோழ நாட்டில் எழுப்பப் பட்டன. படிமக் கலைத்துறை உச்சநிலையின் இருந்த காலம் அது. இந்த ஆலயங்களில் எத்தனை செப்புப்படிமங்கள் இருந்தன என்று நமக்குத் தெரியாது. ஆனால் இங்கிருந்தவை பல இன்று பிரிட்டன், அமெரிக்க போன்ற நாடுகளில் உள்ளன. இதில் நினைவில் கொள்ள வேண்டியது இங்குள்ள அருங்காட்சியகங்கள் எல்லாமே 1800ஆம் ஆண்டிற்குப் பின் அமைக்கப்பட்டவை. 1830இல் பிரிட்டீஷ் மியூசியத்திற்காக ஒருவர் லண்டனில் 50 இந்தியச் சிலைகளை 5 பவுண்டுக்கு வாங்கினார். 1920இல் பாஸ்டன் அருங்காட்சியகத்திற்கு சிலைகள் வாங்குவதற்காக இந்தியா வந்த ஆனந்த குமாரசாமி பல செப்புச்சிலைகளை வாங்கியதுடன், மதராஸ் மியூசியம் பரிசாகக் கொடுத்த சிலைகளையும் பெற்றுச் சென்றார் என்றறிகின்றோம். 1950களில் பல முந்தைய சோழர்கால செப்புச்சிலைகளைப் பிரிட்டீஷ் மியூசியம் வாங்கியது.

பல சோழ ஆலயங்களில் உள்ள கல்வெட்டுகள் செப்புப் படிமங்களைப் பற்றிப் பேசுகின்றன என்றாலும் வெகு சில சிலைகளே எஞ்சியிருக்கின்றன. ராஜராஜன் மட்டுமே அறுபது செப்புச்சிலைகளை தஞ்சாவூர் பெரியகோவிலுக்கு அளித்தார் என்றறிகின்றோம் ஆனால் அவைகளில் இரண்டு மட்டுமே உள்ளன. சோழ அரசு அதிகாரி ஆதித்ய சூரியன் 1014ஆம் ஆண்டு பதிமூன்று செப்புப்படிமங்களைக் கோவிலுக்குக் கொடுத்தார் இவைகளில் இரண்டுதான் அகமதாபாதில் இருந்த கொண்டு வரப்பட்ட இரு சிலைகள் என்று கருதப்படுகின்றது.

1035இல், ராஜேந்திர சோழன், தஞ்சை பெரியகோவிலிலிருந்த எல்லா நல்கைகளையும் கங்கைகொண்டசோழபுரத்தில் தான் எடுப்பித்த புதிய கோவிலுக்கு மாற்றி விட்டார். அங்கிருந்த செப்புச்சிலைகள் என்ன ஆயின என்று தெரியவில்லை.

கோவிலுக்கு வருமானம் ஏதும் இல்லாததால் சிலைகளைக் கிடங்கில் போட்டிருக்கலாம். 13ஆம் நூற்றாண்டிலிருந்து 19ஆம் நூற்றாண்டு வரை தஞ்சாவூரைப் பாண்டியர்கள், விஜயநகர மன்னர்கள், நாயக்கர்கள், ஆண்டனர். ஆங்கிலேயர்களுக்கும் பிரெஞ்சுப் படைகளுக்கும் நடந்த கர்நாடகப் போரின் போது தஞ்சாவூர் யார் பிடியிலிருந்ததோ அவர்களின் படை கோவிலில் இருந்தது. விளக்கமாகச் சொல்ல வேண்டுமானால் 1250இல் சோழரின் வீழ்ச்சிக்கு பின், 1950இல் இந்தியத் தொல்பொருள் துறையின் கையில் வரும் வரை பெரிய கோவில் எந்தச் சீரான நிர்வாகத்தின் கீழும் இல்லை.

பெரியகோவில் பழுதடைந்த நிலையிலிருப்பத்தைக் கவனத்தில் கொண்ட பிரிட்டீஷ் அரசு 1891இல் இதைப் புனரமைப்புச் செய்ய முடிவு செய்தது. ஆனால் பாரம்பரிய அறங்காலவலராக இருந்த மராத்திய மன்னரின் வாரிசு இதற்கு இணங்கவில்லை. 1946இல் அன்றைய அறங்காவலர் ஒத்துக் கொண்டதற்குப் பின் சீரமைப்புப் பணி துவங்கியது இன்று வரை தொடர்கின்றது.

1984இல், ராஜராஜனின் 1000 ஆண்டு விழா கொண்டாடப் பட்ட போது, அந்த விழாவில் முடிசூட்டப்பட்ட செப்புச்சிலை ஆதித்ய சூர்யன் கொடுத்ததல்ல என்று குடவாயில் பாலசுப்ரமணியம் அடித்துச் சொன்னார். அந்தச் சிலை ஒரு வேளை திருடப்பட்டிருக்கலாம் என்றார். பின்னர் ஆதித்ய சூரியன் அளித்த இரு சிலைகளும் அகமதாபாதிலுள்ள சாராபாய் கலைகாட்சியகத்திலுள்ளதாகச் செய்தி பரவியது. 2016இல் பொதுமக்கள் சார்பில் அளிக்கப்பட்ட ஒரு புகாரை விசாரித்த உயர்நீதி மன்றம், தமிழ்நாடு காவல் துறையின் சிலை கண்காணிப்புத் துறை இது பற்றிப் புலனாய்வு செய்ய வேண்டுமெனக் கூறியது. தஞ்சாவூர் காவல் துறைக் கண்காணிப்பாளர் இந்தச் சிலைகள் 1958இல் எஸ்.டி. சீனிவாசகோபாலச்சாரி என்பவர் சாராபாய் கலைக்காட்சியகத்திற்கு விற்றார் (The Hindu 3.3.18) என்று அறிக்கை சமர்ப்பித்தார்.

பல உள்ளூர் ஆட்கள் இம்மாதிரியான கலைப்பொருள் பரிமாற்றத்திற்கு உதவி செய்தனர். இவர்களின் ஒருவர்தான் சென்னையில் பெஸ்ட் @ கோ வில் இயக்குநராக இருந்த ஸ்ரீனிவாசகோபாலாச்சாரி. அருங்காட்சியக அதிகாரிகளிடையே ‘சோழர்கால அரும்பொருட்களைத் தருபவர்” அறியப்பட்டிருந்தார். சாராபாய் நிறுவனம் கடந்த மே 18ஆம் தேதி இந்த இரு சிலைகளைத் தமிழகக் காவல்துறையிடம் ஒப்படைத்தது.

இரு செப்புச்சிலைகளின் அடையாளம்

இந்தப் பின்புலத்தில் நம்மை எதிர்நோக்கியிருக்கும் கேள்வி, திருப்பி தரப்பட்டிருக்கும் சிலைகள் யாருடைய உருவச்சிலைகள்?

இந்த இரு சிலைகளும் ராஜராஜனும் அவனது அரசியும் அல்ல என்பது என் நிலைப்பாடு. இந்தச் செப்புப்படிமங்களில் விவரம் எதுவும் பொறிக்கப்படவில்லை. அது மட்டுமல்ல பெரிய கோவிலில் காணும் ஆதித்ய சூரியனின் கல்வெட்டிலுள்ள அளவுகள் இந்த இரு சிற்பங்களுக்கும் பொருந்தவில்லை.

ஆதித்ய சூரியனின் கொடை பற்றிய கல்வெட்டின்படி அவர் அளித்த படிமத்தின் உயரம் 64.77 செமீ. ஆனால் சாராபாய் நிறுவனத்திலிருந்த சிலையின் உயரம் 74 செமீ. அதே போல லோகநாயகி சிலையின் உயரம், கல்வெட்டின்படி 55.24 செமீ. சாராபாய் நிறுவன சிலையின் உயரம் 53.50 செமீ. (சோழர் கல்வெட்டுகளில் அளவு முழம், விரல், தோரை என்று குறிப்பிட்டுள்ளது. இங்கு செமீ ஆக மாற்றப்பட்டுள்ளது)

மேலும், இந்த இரு சிலைகளின் பீடங்கள் கல்வெட்டில் வர்ணிக்கப்பட்ட சதுர வடிவத்தில் இல்லை. ஒவ்வொரு சிலையின் பீடமும் தாமரை வடிவத்தில் உள்ளது.

இந்த தாமரை பீடங்களின் மேல்தான் இந்தச் சிலைகள் இருந்தன என்பதற்கு ஆதாரமாகப் பீடங்களில் உள்ள பெரிய துளைகளைச் சுட்டிக்காட்டலாம். ஊர்வலமாக எடுத்துச் செல்ல ஏதுவாக இவை உற்சவமூர்த்திகளின் பீடங்களில் போடப்படுபவை.

இங்கு நாம் நினைவில் கொள்ள வேண்டியது என்னவென்றால் தெய்வங்களின் சிற்பங்கள் உருவாக்கப்படும்போது மேற்கொள்ளப் படும் உருவ நியதி (iconography) சார்ந்த, விதிகள், மனிதரைச் சித்தரிக்கும் சிலைகளைக் கட்டுப்படுத்தவில்லை ஆகவே அடையாளம் காண்பது சற்று சிரமமாகின்றது.

அகமதாபதிலிருந்து வந்த இரு சிலைகள் ராஜராஜனும் அரசி லோகமாதேவியார் என்று பலராலும் ஒத்துக்கொள்ளப்படுகின்றது. இத்தகைய 'வழங்கப்பட்ட அடையாளத்தை'ப் புரிந்துகொள்ள சிலைகள் திருடப்படும் பின் புலத்தை நாம் பார்க்க வேண்டும். இந்த சிலைக் கடத்தலை திட்டமிட்டவர் திருடர்களுக்கு எதை எடுத்துக்கொண்டு வரவேண்டும் என்று சொல்லியிருப்பார். ஆனால் சிலைத் திருடர்கள், அவசரத்தாலும் அறியாமையினாலும் கையில் எளிதாகக் கிடைப்பதை எடுத்துகொண்டு போய்விடலாம். ஆனால் இதை விற்பவர் (கடத்தலைத் திட்டமிட்டவர்) நல்ல

விலையை கொண்டு வரக்கூடிய அடையாளத்தை இச்சிலைகளுக்கு சூட்டுவார். அருங்காட்சியகமும், தங்களது கெள்ரவத்தை உயர்த்திக்கொள்ள இந்த அடையாளத்தை ஏற்றுக்கொள்வார்கள்.

சோழர் காலப் பாணிகள்

சோழர் வரலாற்றைப்பற்றி எதை அறிய வேண்டுமானாலும் பாரம்பரியமாக நாம் கல்வெட்டுகளைத்தான் நம்புகின்றோம். மற்ற ஆதாரங்களையும் கவனிக்க வேண்டும் என்று நான் நினைக்கின்றேன்.

தமிழ்நாட்டுச் செப்புப்படிமங்களின் காலக்கணிப்பு அதனதன் பாணியை வைத்துத்தான் செய்ய முடியும். படிமங்களின் எந்த வித எழுத்துப்பொறிப்பும் இல்லை. சில பிரசித்தி பெற்ற சோழர் செப்புப்படிமங்களை கவனித்து பாணிகளின் காலத்தை நிறுவ முடியும். வடக்குப்பண்ணையூர் ராமர் குழுப் படிமங்கள் முந்தைய சோழர்காலப்பாணியையும், திருவெண்காடு செப்புச்சிலைகள் சோழர் கால பாணியையும், திருக்கடையூர் ராமர் குழு பிந்தைய சோழர்காலப்பாணியையும் பிரதிநித்துவப் படுத்துகின்றன எனலாம். இவைகளுடன் ஒப்பிட்டு நாம் மற்ற செப்புச்சிலைகளின் காலத்தை யூகிக்க முடியும்.

சாராபாய் சேகரிப்பிலிருந்த திருப்பி அளிக்கப்பட்ட இரு சிலைகளும் சற்று விறைப்பாக இருப்பது தெரிகின்றது. மூடிய கண்கள், இறுகிய உதடுகளுடன் பாவமற்ற முகத்துடன் தோன்றும் ஆண் சிலை நேராக கை கூப்பி நிற்கின்றது. மார்புப்பகுதியும் தோளும் சீராக உருவாக்கப்பட்டிருந்தாலும் அணிந்திருக்கும் நகைகள் – தலையில் கரண்ட மகுடம், கழுத்தில் அணியப் பட்டிருக்கும் கண்டிகை, சரப்பள்ளி, புஜங்களிலுள்ள தோள்வளை, இடுப்பிலுள்ள அரைப்பட்டிகை – சற்று எடுப்பாக அதிகப் புடைப்புடையதாகச் செதுக்கப்பட்டிருக்கின்றன. தனியாகச் செய்து சிலை வார்க்கப்பட்ட பின் அதில் ஒட்ட வைத்தது போல் காட்சியளிக்கின்றன.

பெண்ணுருவச்சிலை மூன்று நெளிவுகளுடன் (திரிபங்கம்) நிற்கின்றது. ஆகவே இது ஒரு அம்மன் சிலை என்பது தெளிவு. அரசி சிலையாக இருந்தால் (வழிபடுவர்) இரு கைகளும் கூப்பி இருக்கும். தலை சற்றுச் சாய்ந்திருப்பதாலும் வலது கை சிறிது நீட்டப்பட்டிருப்பதாலும் இவ்வுருவம் விறைப்பாகத் தெரிய வில்லை; அது மட்டுமல்ல. இந்தப் பெண்ணுருவம் இந்த ஆண் சிலைக்கு ஜோடியாக உருவாக்கப்பட்டதல்ல என்றும் நினைக்கின்றேன். இரண்டுமே அருமையாக உருவாக்கப்பட்ட

செப்புச்சிலைகள். எனது கணிப்பின் படி அவை பிந்தைய சோழர்காலப் படைப்புகள்.

அப்படியானால் இது யாருடைய உருவச்சிலை? சோழர் ஆலயங்களில் காணப்படும் சண்டேச நாயனார் என்று நினைக்கின்றேன். இவரது இரு அடையாளங்கள் மழுவும் பூக்கொத்தும். மழுவைத் தனியாகச் செய்து கையில் ஒட்டவைப்பது வழக்கம். இந்தச் சிலையில் மழு விழுந்துவிட்டது போல் தெரிகின்றது. நெஞ்சோடு இருக்கும் பூங்கொத்து நன்றாகத் தெரிகின்றது. பெண்ணுருவம் யார் என்று கண்டுகொள்ள எந்த அடையாளமும் இல்லை. அதுமட்டுமல்ல. இந்த இரு சிலைகளும் இணை அல்ல என்பது என் முடிவு. சிலைகள் கடத்தப்படும் போது, கிடங்கில் ஒனறாக மற்ற சிலைகளுடன் போட்டு வைத்திருந்த போது பல ஜோடி சிலைகள் பிரிந்து விட்டன. இப்படிப்பட்ட பெண் செப்புச்சிலை ‘தனி அம்மன்’ என்று குறிக்கப்படுகின்றது. அகமதாபாதிலிருந்த வந்த சிலை ஒரு தனி அம்மனாக இருக்கலாம். இந்த அவதானிப்புகளை ஆதாரமாகக் கொண்டு இவ்விரண்டு சிலைகளும் பிந்தைய சோழர் காலப் படைப்பு என்று நான் கருதுகின்றேன். அதாவது கி.பி. 1200க்கு பின்னர்.

கௌதம் சாராபாய் (1917–1995) 1949இல் நிறுவிய தனது கலைக்கூடத்தில் 200 சோழ சிலைகளை வைத்திருந்தாலும், சிலவற்றையே காட்சிப்படுத்தியிருந்தார்.

சிலைகளை தமிழக அரசிடம் ஒப்படைத்த பிறகு, இவை 1942 ஆண்டிலேயே தங்கள் வசம் இருந்ததாகவும், ஆகவே அது 1958இல் விற்கப்பட்டது எனும் தமிழ்நாடு காவல் துறையின் கூற்று தவறு என்று கூறி, சிலைகளைத் திருப்பித் தர சாராபாய் நிறுவனம் நீதி மன்றத்தை நாடியிருக்கின்றது. கதை தொடருகின்றது.

24

செப்புப் படிமங்கள் சார்ந்த ஆய்வுகள்

மேற்கத்திய கலை வரலாற்றாசிரியர்களின் கவனத்தை முதலில் ஈர்த்த இந்தியக் கலைப் படைப்புகள் ராஜஸ்தானிய, முகலாய சிற்றோவியங்கள்தாம். முன்னர் பாரசீக, மேற்கத்தியக் கலைப் படைப்புகள் பற்றிய ஆய்வுகளின் கண்ணோட்டத்தில் இந்தியக் கலையையும் பார்க்க ஆரம்பித்தனர். கிரேக்கச் சிற்பம் பற்றிக் கற்றுக்கொண்டதன் பின்புலத்தில் இந்தியச் சிற்பங்களைப் பார்த்தபோது அதன் கலைப் பாணி அவர்களை ஈர்க்கவில்லை. இந்தியக் கலாச்சாரத்தை மிகவும் போற்றும் ஜார்ஜ் பேர்ட்வுட் (George Birdwood 1832–1917) கூட இந்தியச் சிற்பத்தைக் கவின்கலைகளுடன் சேர்க்க மறுத்தார்.

செப்புச் சிலைகள் பற்றிய முதல் ஆய்வுநோக்கு, இலங்கையில் பொலனருவாலிலுள்ள சிவாலயத்தில் 1907இல் கிடைத்த சிலைகள் பற்றியதுதான். அரசு அதிகாரியான பொன்னம்மலம் அருணாசலம் 1908இல் 'கொழும்பு அருங்காட்சியகத்திலுள்ள பழமையான செப்புச்சிலைகள்' என்ற கட்டுரையில் இந்தச் சிலைகளை விவரித்து எழுதினார். இதைத் தொடர்ந்து அவருடைய நெருங்கிய உறவினரான ஆனந்தா குமாரசாமி 'இந்தியச் செப்புப் படிமங்கள்' என்ற கட்டுரையைப் 'பர்லிங்டன் மாகசின்' (Burlington Magazine) என்ற சஞ்சிகையில் வெளியிட்டார். பின்னர் 1914இல் கொழும்பு அருங்காட்சியகம் 1914இல் வெளியிட்ட **Bronzes of Ceylon** என்ற நூலில் செப்புச் சிலைகளைப் பற்றி விரிவாக எழுதினார்.

இந்து சமயச் சிற்பங்களைக் கலைப் படைப்புகளாக மேற்கத்திய ஆய்வாளர்களை ஏற்றுகொள்ளச் செய்தார். அடுத்து ஓ.சி. கங்கூலி என்ற கலை வரலாற்றாசிரியர் 1915இல் வெளியான **தென்னிந்தியச் செப்புச் சிலைகள்** (South Indian Bronzes) என்ற நூலில் இந்தியாவில், குப்தர் காலம் முதல் சோழர் காலம் வரையிலான செப்புப் படிமங்களைப் பற்றி, சோழ வரலாற்றின் பின்னணியுடன், 91 படங்களுடன் விரிவாக எழுதினார். 1952இல் **சிந்தாமணி கார்** எழுதிய **இந்திய உலோகச் சிற்பங்கள்** (Indian Metal Sculpture) என்ற நூல் செப்புப் படிமங்களின் வரலாற்றைக் கூறியது.

இதன் பின்னர். **டி.என். ராமச்சந்திரன், க. சிவராமமூர்த்தி, பி.ஆர். ஸ்ரீனிவாசன், ஆர். நாகசாமி** போன்ற தமிழ்நாட்டு ஆய்வாளர்களின் நூல்கள் வெளிவந்தன. இந்த நால்வருமே சென்னை அருங்காட்சியகத்தில் தங்களது பணியைத் தொடங்கியவர்கள். அந்தக் காலகட்டத்தில் அருங்காட்சியகப் பணியில் நுழைய சமஸ்கிருதப் பட்டப்படிப்புதான் அடிப்படைத் தேவை. அன்றைய பிரிட்டிஷ் அதிகாரிகள், இந்தியக் கலாச்சாரத்துக்குத் திறவுகோல் சமஸ்கிருதமே என்று நம்பினர். இந்திய வரலாறு பற்றிய முதல் நூலை எழுதிய வரலாற்றாசிரியர் வின்சென்ட் ஸ்மித் இந்தியாவின் வரலாறு கங்கை நதி தீரத்தில் எழுதப்பட வேண்டும் என்றும், சமஸ்கிருதம் தான் அதைப்புரிந்துகொள்ள உதவும் என்றும் எழுதினார்.

சிவராமமூர்த்தி கோட்டோவியம் தீட்டுவதில் வல்லவர். சிற்பங்களையும் ஓவியங்களையும் கோட்டோவியங்களாகத் சித்தரித்துத் தனது நூல்களில் விளக்கினார். சிற்பங்களில் பல்லவர் பாணி முதல் நாயக்கர் பாணிவரை உள்ள மாற்றங்களை விளக்க இவர் சித்திரங்களைப் பயன்படுத்தினார். காஞ்சிக்கு அருகிலுள்ள திருப்பருத்திக்குன்றம் சமண ஆலயதைப்பற்றியும், நாகப்பட்டினம் புத்த செப்புப் படிமங்களை பற்றியும் **டி.என் ராமச்சந்திரன்** ஆராய்ந்து எழுதினார். சென்னை அருங்காட்சியகத்திலுள்ள செப்புச் சிலைகளைப் பற்றி விவரமாக **பி.ஆர். ஸ்ரீனிவாசன்** ஒரு நூலில் பதிவு செய்தார். **ஆர். நாகசாமி** நாணவியல், கல்வெட்டு, சிற்பம், கட்டிடக் கலை என்று கலை வரலாற்றின் பல பரிமாணங்களைப் பற்றி எழுதினார். தஞ்சாவூர் கலைக்கூடத்தின் காப்பாளராகப் பல ஆண்டுகள் பணியாற்றிய **எஸ். ரத்தினசபாபதி** அங்கிருக்கும் சிற்பங்களைப் பற்றி நல்ல படங்களுடன் கூடிய ஒரு கையேட்டை எழுதி வெளியிட்டார்.

லண்டனிலுள்ள பிரிட்டீஷ் அருங்காட்சியகத்தில் ஆசியப் பிரிவின் காப்பாளராக இருந்த **டக்ளஸ் பேரட்** செப்புச் சிலைகளை

வேறு ஒரு கோணத்திலிருந்து அணுகினார். தொன்மக் கதைகள், சமயச் சடங்குகள் இவற்றை ஒதுக்கிவிட்டு, கல்வெட்டுகள் என்ன சொல்கின்றன என்பதில் கவனம் செலுத்தினார். சமஸ்கிருத, தமிழ்ச் சொற்களை விட்டுவிட்டு, குழூக்குறிகளைத் (jargon) தவிர்த்து, பொருளைப் பற்றி மட்டும் விளக்கும் தனது கட்டுரைகளைக் கச்சிதமாக எழுதினார். துப்பறிபவரின் கண்களுடன் சிலைகளையும் கல்வெட்டுகளையும் ஆராய்ந்தார். தனக்கு முன் எழுதிய கலை வரலாற்றாசிரியர்களை அவர் பெரிதும் மதித்திருந்தாலும் அவர்கள் சொன்னதை அப்படியே ஏற்றுக்கொள்ளவில்லை. கலை வரலாற்றில் அவரது அணுகுமுறை சிறப்பாக அமைந்திருந்தது.

அண்மையில் இந்தத் தளத்தில் புதுத் தடம் பதித்திருப்பவர் பெங்களூரிலுள்ள **சாரதா ஸ்ரீனிவாசன்**. இவர் இங்குள்ள National Institute of Advanced Studiesஇல் பேராசிரியராகப் பணிபுரிகிறார். செப்புச் சிலைகளை ஆராய்வதில் நவீன தொழில்நுட்ப முறைகளைப் பயன்படுத்துகின்றார். செப்புப் படிமங்களில் அதிநுண்ணியத் துளையிட்டு (ஒரு சதுர mcm), அதிலிருந்து சிறிது உலோகத்தை எடுத்து, கதிரியக்க முறை மூலம், ஓரிம மூலகத்தை (Isotope) பயன்படுத்தி அந்தச் சிலை வடிக்க உபயோகப்படுத்தப் பட்ட உலோகக் கலவை, காலம் இவற்றைக் கண்டறிகிறார். அது மட்டுமல்லாமல், கர்நாடகாவிலும் தமிழ்நாட்டிலும் தாமிரம் கிடைக்கும் இடங்களைப் பதிவு செய்துள்ளார்.

சிலைகளின் உயரம், காட்சிப்படுத்தப்பட்டுள்ள இடம்

ரிஷபவாகனதேவர்	108 செ.மீ.	தஞ்சாவூர் கலைக்கூடம்.
பார்வதி	93 செ.மீ.	தஞ்சாவூர் கலைக்கூடம்.
அர்த்தநாரீஸ்வரர்	100 செ.மீ.	சென்னை அருங்காட்சியகம்
பைரவர்	109 செ.மீ.	தஞ்சாவூர் கலைக்கூடம்.
காளி	45 செ.மீ.	சென்னை அருங்காட்சியகம்
பிச்சாண்டவர்	95 செ.மீ.	தஞ்சாவூர் கலைக்கூடம்
கல்யாணசுந்தரர்	96.5 செ.மீ.	தஞ்சாவூர் கலைக்கூடம்
பார்வதி	80 செ.மீ.	தஞ்சாவூர் கலைக்கூடம்
விஷ்ணு	79 செ.மீ.	தஞ்சாவூர் கலைக்கூடம்
லட்சுமி	65 செ.மீ.	தஞ்சாவூர் கலைக்கூடம்
சந்திரசேகரர்	51 செ.மீ.	தஞ்சாவூர் கலைக்கூடம்
பார்வதி	41 செ.மீ.	தஞ்சாவூர் கலைக்கூடம்
சண்டேசர்	69 செ.மீ.	தஞ்சாவூர் கலைக்கூடம்
காரைக்கால் அம்மையார்	50 செ.மீ.	நெல்சன் ஆட்கின்ஸ் கலைக்கூடம், கேன்சாஸ் சிட்டி
தனி அம்மன்	104 செ.மீ.	ஃப்ரீயர் அருங்காட்சியகம், வாஷிங்டன்
தாரா	143 செ.மீ.	பிரிட்டீஷ் அருங்காட்சியகம், லண்டன்

சுப்ரமணியர்	93 செ.மீ.	தஞ்சாவூர் கலைக்கூடம்
தெய்வானை	77 செ.மீ.	தஞ்சாவூர் கலைக்கூடம்
வள்ளி	77 செ.மீ.	தஞ்சாவூர் கலைக்கூடம்
சம்பந்தர்	72 செ.மீ.	தஞ்சாவூர் கலைக்கூடம்
கண்ணப்ப நாயனார்	62 செ.மீ.	தஞ்சாவூர் கலைக்கூடம்
சுந்தரமூர்த்தி நாயனார்	84 செ.மீ.	தஞ்சாவூர் கலைக்கூடம்
பார்வதி	68 செ.மீ.	தஞ்சாவூர் கலைக்கூடம்
அப்பர்	30.5 செ.மீ.	தஞ்சாவூர் கலைக்கூடம்
கொடையாளர்	68 செ.மீ.	தஞ்சாவூர் கலைக்கூடம்
வழிபடுபவர்	51 செ.மீ.	தஞ்சாவூர் கலைக்கூடம்

ஒளிப்படங்கள்

தனி அம்மன்: ஃப்ரீயர் காலரி, வாஷிங்டன்

தாரா: பிரிட்டீஷ் அருங்காட்சியகம், லண்டன்

காரைக்கால் அம்மையார்: நெல்சன்–ஆட்கின்சன் அருங்காட்சியகம், கேன்சாஸ் சிட்டி.

அர்த்தநாரீஸ்வரர், காளி, சண்டேஸ்வரர்: சென்னை அருங்காட்சியகம்.

அரசன், அரசி: சாராபாய் கலைக்கூடம்

நூலிலுள்ள மற்ற ஒளிப்படங்கள் நூலாசிரியர் எடுத்தவை.

கோட்டோவியம்: ப. மணிவண்ணன்

பயன்பட்ட நூல்களும் கட்டுரைகளும்

Burton Stein. **Peasant State and Society in Medieval South India**, OUP, New Delhi 1980.

David Shulman. **Tamil Temple Myths: Sacrifice and Divine Marriage in South Indian Saiva Tradition**. 1980

Douglas Barrett, **Early Cola architecture and sculpture**. Faber and Faber. 1974

Geeta Vasudevan, **The Royal Temple of Rajaraja: An Instrument of Imperial Cola power**. Abhinav., New Delhi. 2003

George W. Spencer, 'Heirs apparent: Fiction and function in Chola mythological genealogies'. *The Economic and Social History Review.* 21.4. 1984

George. W.Spencer, 'The Politics of Plunder: The Cholas in the eleventh century Ceylon' *The Journal of Asian Studies*. Vol.33. No.3 May 1976

Nagaswamy, **R. Gangaidondacholapuram**. Tamil Nadu state Departement of Archaeology, 1970.

Nilakanta Sastri. K A. , **The Colas.** Madras University Press. 1955.

Noburu Karashima, **South Indian Society and History: Studies from Inscriptions**. New Delhi OUP. 1984

Padma Kaimal. 'Early Kings and Early Chola Temples. Art and the Evolution of kingship. *Artibus Asiae*. Vol. 56. No. 1. 2. 1966

Pierre Pichard, **Tanjavur Brahadisvara. An Architectural Study**. Indira Gandhi National Center for the Art. 1995.

Subbarayalu, Y. **South India Under the Cholas,** OUP. New Delhi 2012

Suresh Pillai. B. 'The Rajaraajesvaram at Tancaavur' *Proceeding of the First International Conference Seminar on Tamil Studies.* Kualalaumpur. April. 1966.Vol 56. 1966

ராமசாமி, மே.சு. **தமிழ்நாட்டுச் செப்புத் திருமேனிகள்**. தமிழ்நாடு தொல்பொருள் ஆய்வுத்துறை. *1975*

பெரிய புராணம்.

திருஆலங்காட்டு மூத்த திருப்பதிகம்.

சொல்லடைவு

அருங்காட்சியகம், ஃபிரீயர், 92, 141, 143
அசோகர், சக்ரவர்த்தி, 96
அமராவதி சிற்பங்கள், 98
அஜந்தா, 98
அவலோகிதேஸ்வரர், 98, 99
அனுராதபுரம், 17
அர்த்தநாரீஸ்வரர், காண்க மாதொருபாகன், 33, 34, 35, 141, 143
ஆதிச்சநல்லூர், 105, 106
ஆசீவகம், 68
ஆதித்யன் சூர்யன், 121, 122, 134,
ஆனந்தா குமாரசாமி, கலை வரலாற்றாசிரியர், 94, 99, 128, 133, 138
உடுக்கை, 39, 42, 52, 53
உத்திரமேரூர், 15
உருவச்சிற்பங்கள், 92, 94, 101–104, 107
உற்சவமூர்த்தி, ஊர்வலப்படிமம், 107, 115, 119, 135
எசாலம், 125
ஐக்கிய நாடுகள் சபை, 131
கங்கூலி ஓ.சி., வரலாற்றாசிரியர், 139
கங்கைகொண்டசோழபுரம், 18, 19, 90, 118, 125, 133
கங்கைப்பகுதி, 14, 19
கடல்வழிப் படையெடுப்பு, 19

கண் திறத்தல், சடங்கு, 114

கண்டி அரசர், 98

கண்ணப்ப நாயனார், 75, 76, 86, 142

கண்டராதித்தியர், 17

கபாலிகர்கள், 22, 50

கமில் ஸ்வாலபில், தமிழறிஞர், 69

கரண்ட மகுடம், 31, 37, 57, 58, 94, 136

கல்யாணசுந்தரர், 54-60, 122, 141

கல்யாணபுரி, 117

களப்பிரர், 13, 68

காரைக்கால் அம்மையார், 84-86, 141, 143

காளி, 21, 39, 43-46, 50, 52, 123, 141, 143

கிருஷ்ணதேவராயர், 102

கிருஷ்ணா, இரண்டாம், 17

கிருஷ்ணா, மூன்றாம், 17

கீர்த்திமுகக் கொளுவி, 32, 63, 66

குடவரைக் கோயில்கள், 107

குலோத்துங்கள், முதலாம், 20

கென்னத் ஹால், வரலாற்றாசிரியர், 16

குரங்கநாதர் கோயில், ஸ்ரீனிவாசநல்லூர், 102

குறுந்தொகை, 111

கொள்ளையுடமை, 15, 17-18

சங்கப் பாடல்கள், 13

சண்டேசர், 88, 90, 91, 123

சந்திரசேகரர், 65-66, 141

சமண மதம், 19, 47, 73

சம்பந்தர், 68-73, 142

சன்னவீரம், 64

சாளுக்கியர், 17, 117

சாரதா ஸ்ரீனிவாசன்., கலை வரலாற்றாசிரியர், 140

சாராபாய் கலைக்கூடம், 132, 137

சிக்ரியா சுவரோவியங்கள், 98

சிதம்பரம் ஆலயம், 21, 117, 126, 129

சிலப்பதிகாரம், 43

சிலைக்குழு, 55

சிவராமமூர்த்தி, க., கலை வரலாற்றாசிரியர், 121, 139

சீனா, 20

சுப்பராயலு, கல்வெட்டியலாளர், 16, 146

சுப்ரமணியர், 61–63, 122–123, 142

சூரபத்மன், 61

சூளவம்சம், 96

செம்பியன் மாதேவி, 17, 23, 109, 118, 122

சேத்திர வெண்பா, 69

டக்ளஸ் பேரட், கலை வரலாற்றாசிரியர், 14, 118, 121–122, 139

தக்கோலப்போர், 17

தஞ்சாவூர் கலைக்கூடம், 117, 139, 141–142

தஞ்சாவூர் பெரியகோவில், 18–19, 23, 81, 90, 102, 124, 133

தாராசுரம், 20

தளிச்சேரிப் பெண்டுகள், 14, 18

தனி அம்மன், 92–95, 130, 137, 141, 143

தாமிரம், 15, 105, 113, 140

தாரா, புத்த தெய்வம், 96–100, 141, 143

தாருகவனம், 47

திரிசூலம், 22, 39

திரிபுவனம், 20

திருமலை நாயக்கர், 127

திருமுறை, 69, 84

திருவாலங்காடு, 86, 117, 129

திருவெண்காடு, 11, 21–26, 38, 118, 122–123, 129

திருவெறும்பூர், 18

துர்க்கை, 43

தெய்வானை, 61-62, 64, 122-123, 142

தேவாரம், 73, 131

தேன்மெழுகு முறை, 111

தேவரடியார்கள், 126

தொங்குகாது, 81

தொல்பொருள் பாதுகாப்புச் சட்டம். 1904, 129

நடராஜர், 21, 86, 108, 117

நாகசாமி. ரா., வரலாற்றாசிரியர், 26, 117, 122,128, 139

நாகப்பட்டினம், 20-21, 117, 139

நாயன்மார், 21, 68-70, 73, 80, 84, 86, 90, 108

நீலகண்டசாஸ்திரி க.அ., வரலாற்றாசிரியர், 16, 20

நொபுரு கரஷிமா, வரலாற்றாசிரியர், 16

பர்டென் ஸ்டீன், வரலாற்றாசிரியா, 16

பரவை நாச்சியார், 80-83, 122-123

பராந்தகன், முதலாம், 17

பரிவார தேவதைகள், 15, 107

பல்லவர், 14, 68, 107, 121, 139

பாடல் பெற்ற ஸ்தலங்கள், 21

பாண்டியர், 13-14, 17, 54, 79, 96, 98, 118, 125, 134

பார்வதி, 27, 31-33, 37, 54-55, 57-58, 65-66, 71, 73, 79, 94, 122-123, 125, 141-142

பார்னி, பயணி, 23

பாலசுப்ரமணியம், எஸ்.ஆர்., கலை வரலாற்றாசிரியர், 118

பிச்சாண்டவர், 38-39, 47-52, 141

பிடாரி, 43

பிரம்மதேய கிராமங்கள், 15

பிரம்மா, 38, 54

பிரிட்டிஷ் அருங்காட்சியகம், லண்டன், 139, 141, 143

புத்த மதம், 20, 73, 96

புதைக்கப்பட்ட சிலைகள், 24, 129

பெண் தெய்வ வழிபாடு, 43, 92, 94, 98

பைரவர், 22, 38–41, 46, 50, 52–53, 123

மகாவம்சம், 96

மாதொருபாகன், அர்த்தநாரீஸ்வரர், 33, 35, 123

மார்கோ போலோ, பயணி, 113

மாலத்தீவு, 17

மாலிக் கஃபூர், 23, 126–127

மீனாட்சி திருமணம், 54–55

ரத்தின சபாபதி, 55

ரயத்வாரி நில மேலாண்மை, 127

ராபர்ட் பிரௌன்ரிக், இலங்கை கவர்னர் – ஜெனரல், 99

ராமச்சந்திரன், டி.என்., வரலாற்றாசிரியர், 26, 139

ராஜராஜன், மன்னன், 38, 98, 102, 109, 117, 124, 131, 133–135

ராஜேந்திரன், முதலாம், 17, 19, 125

ரிஷபவாகனதேவர், 27–29, 122–123, 141

வணிகக் குழுக்கள், 17

வள்ளி, 61–62, 64, 122–123, 142

விஜயாலயன், மன்னன், 16, 46

விஷ்ணு, 27, 47, 54–55, 58, 60, 70, 122, 125, 127, 141

ஜார்ஜ் பேர்ட்வுட்., கலை வரலாற்றாசிரியர், 138

ஜார்ஜ் ஸ்பென்செர், வரலாற்றாசிரியர், 16

ஜேஷ்டை, 43

ஸ்கந்தபுராணம், 61

ஸ்ரீவத்ச சின்னம், 73

ஹரப்பா, 105